சமயமும் சாதியும்

(கட்டுரைத் தொகுப்பு)

ஆ. சிவசுப்பிரமணியன்

பரிசல்

சமயமும் சாதியும்
ஆ. சிவசுப்பிரமணியன்©
பரிசல் முதல் பதிப்பு: டிசம்பர் 2021

வெளியீடு: பரிசல் புத்தக நிலையம்
235, P. பிளாக் MMDA காலனி
அரும்பாக்கம், சென்னை – 600 106.
பேச: 9382853646
மின்னஞ்சல்: parisalbooks@gmail.com

அச்சுக்கோப்பு : வி. தனலட்சுமி

அச்சாக்கம்: ரவிராஜா பிரிண்டர்ஸ், சென்னை.

பக்கம்: 74

விலை ரூ: 80

Samayamum Sathiyum
A. Sivasubramaniyan ©
Parisal First Edition: December 2021

Published by Parisal Putthaga Nilayam
No. 235, 'P' Block MMDA Colony
Arumbakkam, Chennai - 600 106.
Mobile: 93828 53646
Email: parisalbooks@gmail.com

DTP : V. Dhanalakshmi

Printed at: Raviraja printers, Chennai

ISBN: ISBN : 978-93-91949-60-0

Pages: 74

Price Rs. 80

மார்க்சிய ஆய்வறிஞர்.
தோழர். தேவ. பேரின்பன்
நினைவுக்கு

உள்ளே...

1. பெரியாரும் சாதி மாநாடுகளும் — 5
2. கோவில் பண்பாடும் பெரியாரும் — 17
3. மறைமலையடிகளும் பெரியாரும் — 31
4. ஆறுமுக நாவலரின் சைவம் — 39
5. தமிழர் பண்பாட்டில் மாட்டிறைச்சி — 47
6. இந்து மன்னர்களும் கோவில் இடிப்பும் — 52
7. தமிழ்க் கிறிஸ்தவப் பண்பாடு — 57
8. முக்குவர் வாழ்வியல் — 63

பெரியாரும் சாதி மாநாடுகளும்

*எ*ப்போது நமது நாட்டில் சாதி, வகுப்பு ஏற்பட்டு அதனுள் உயர்வு தாழ்வு அமைக்கப் பட்டுப் போய்விட்டதோ அன்று முதலே தனிச் சாதிமாநாடு கூட்ட வேண்டிய அவசியமேற் பட்டுவிட்டது. (பெரியார் திராவிடன் 5-10, 1929)

சாதி எதிர்ப்பையும் மத எதிர்ப்பையும் தம் வாழ்நாள் கடமையாகக் கொண்டு வாழ்ந்து மறைந்தவர் பெரியார். இது தொடர்பான கருத்துக்களைச் சொற்பொழிவுகள், பத்திரிகைகள், குறு நூல்கள் வாயிலாக வெளிப்படுத்தியதுடன் போராட்டங்கள் வாயிலாகவும் விழிப்புணர்வூட்டினார். இதன் காரணமாக அவர் சிறை செல்லவும் நேரிட்டது.

மற்றொரு பக்கம் பல்வேறு தீண்டத்தகாத சாதியினரும், பிற்படுத்தப்பட்ட சாதியினரும் ஆங்காங்கே நடத்திய சாதி மாநாடுகளில் கலந்து கொண்டு உரையாற்றி உள்ளார். அத்துடன் தாம் ஆற்றிய இவ் உரைகளைத் தமது 'குடிஅரசு' இதழில் வெளியிட்டும் வந்துள்ளார்;.

சாதி ஒழிப்பை வலியுறுத்தி வந்த பெரியார் சாதி மாநாடுகளில் கலந்து கொண்டு உரையாற்றியது எவ்வகையில் நியாயமானது என்ற வினா எழுவது இயற்கை. இவ்வினாவுக் கான விடையை அவரது உரைகளில் இருந்தே கண்டறியலாம். இவ்விடை தேடலின் முதற்படியாக சாதி மாநாடுகளின் நிகழ்வுக்கான வரலாற்றுப் பின்புலத்தைக் காண்பது அவசியம்.

எனவே, இத்தேடலை பத்தொன்பதாம் நூற்றாண்டில் இருந்து தொடங்கலாம். 18-ஆம் நூற்றாண்டின் இறுதிப் பகுதியில் ஆர்க்காடு நவாப்பின் முகவர் போல் செயல்படத் தொடங்கிய ஆங்கிலக் கிழக்கிந்தியக் கம்பெனி 19-ஆம் நூற்றாண்டில் தமிழகத்தின் ஆட்சியாளனாகத் தன்னை நிலைநிறுத்திக் கொண்டது. இதன் அடிப்படையில் வரிவிதிப்பின் வாயிலாகவும், வாணிபப் பயிர்களைத் தன் ஆதாயத்திற்காகப் பயிரிடச் செய்ததன் வாயிலாகவும் கிராமப்புற பொருளாதாரத்தைச் சிதைத்தது, நம் கைத்தொழில்களை அழித்தது.

மற்றொரு பக்கம் தமிழ்நாடு முழுமைக்கும் ஒரே சீரான வருவாய்த்துறை, நீதித்துறை, காவல் துறை ஆகிய நிர்வாக அமைப்புகளை உருவாக்கியது. புதிய நாணயமுறையையும் நவீன செய்திப் போக்குவரத்தையும் அறிமுகம் செய்தது.

இவை எல்லாவற்றையும் விட அது செய்த குறிப்பிடத்தக்க பணியாக நவீனக் கல்வியைப் பரப்பியதும் அதை ஜனநாயகப்படுத்தியதும் அமைந்தது. இப்பணியில் கிறித்தவ மிஷனரிகளும், ஓரளவுக்கு இணைந்து கொண்டன. மன்னர்கள், குறுநிலமன்னர்கள், பாளையக்காரர்கள் ஆகியோரின் ஆட்சிக்காலத்தில் அனைத்து சாதியினருக்கும் எளிதில் கிட்டாத கல்வி இப்போது ஓரளவுக்காவது கிட்டியது.

இதன் அடுத்தக்கட்டமாக ஆங்கில அரசு உருவாக்கிய புதிய அரசு நிர்வாகத்தில், இக்கல்வியின் துணையுடன் வேலைவாய்ப்புகளை, பிற்படுத்தப்பட்ட, தாழ்த்தப்பட்ட சாதியினர் பெறத் தொடங்கினர். என்றாலும், முந்தைய ஆட்சியில் ஆதிக்க சாதியினராக விளங்கிய பிராமணர் வேளாளர் உள்ளிட்ட சாதியினரும் புதிய கிறித்தவர்களில் ஒரு பகுதியினரும் புதிய ஆட்சியாளர்களின் நிர்வாக எந்திரத்தில் உயர் நிலையைப் பெற்றனர். பழைய சமூக அமைப்பில் நிலவிய பண்பாட்டு ஒடுக்குமுறைகள் முற்றிலும் மறையவில்லை. சுருக்கமாகக் கூறினால் சாதி அடிப்படையிலான வேறுபாடுகளும், இழிவுகளும் தொடர்ந்தன. கல்வித் தகுதிக்கேற்ற வேலைவாய்ப்புகள் கிட்டவில்லை.

ஆயினும் கல்வியும், செய்தித் தொடர்பும், ஓரளவுக்காவது கிட்டிய அரசு வேலைவாய்ப்பும் தத்தம் சாதியினரை ஓரணியில் திரட்டத் தூண்டின. தமிழ்ச் சமூகத்தில் தமக்குரிய இடத்தை நிலைநிறுத்திக் கொள்ளும் முயற்சியில் ஒவ்வொரு சாதியினரும் ஈடுபட்டனர். இதற்குத் துணையாக, காலனிய ஆட்சிய அறிமுகம் செய்த அச்சகங்கள் வாயிலாக, சாதி வரலாறுகளையும், சாதி சார்ந்த இதழ்களையும் வெளியிடலாயினர். இவ்வழிமுறைகளில் ஒன்றாகவே சாதிய மாநாடுகள் நிகழலாயின. இம்மாநாடுகள் குறித்த தம் கருத்தைப் பெரியார் பின்வருமாறு 24.07.1932 குடி அரசு இதழின் தலையங்கத்தில் பதிவு செய்துள்ளார்.

> மலை உச்சியில் இருக்கிற ஜாதிகளும் மலையின் நடுத்தளங்களில் வாழும் ஜாதிகளும் மலைக்குகைகளில் வாழும் ஜாதிகளும் மலைச்சரிவுகளில் வாழும் ஜாதிகளும் மலை அடிவாரத்தில் வாழும் ஜாதிகளும் சமமான ஒரே இடத்தில் வந்து ஒரே நாகரிகம் ஒரேவிதமான கல்வி, ஒரே விதமான சுதந்திரம் ஒரே விதமான ஒழுக்கம் முதலிவைகளைப் பெறுவார்களானால் அவர்களிடமிருந்த ஜாதி வித்தியாசம் கொள்கை வித்தியாசம் முதலியவைகள் கொஞ்சம் கொஞ்சமாகப் பிரிந்து எல்லோரும் ஒரே சகோதரர்களாக ஆக முடியும் என்ற கருத்தைக் கொண்டு தான் நாம் ஆதிமுதல் ஜாதி மகாநாடுகளை ஆதரித்து வருகிறோம். ஒவ்வாரு ஜாதியும் தாம் தாம் முயற்சி செய்து சம சுதந்திரம் பெறுவதன் மூலம் ஜாதி ஒழியும் என்னும் நோக்கத்தோடு நாம் ஜாதி மகாநாடு களுக்கு ஆதரவளிப்பதுமாகும்.

இப்படி எழுதிவிட்டு 'ஜாதி மாநாடுகள் கூடாது வகுப்புவாரிப் பிரதிநிதித்துவம் உதவாது" என்று நாட்டுப் பற்றின் பெயரால் மேற்கொள்ளப்படும் பரப்புரைகளை அவர் ஒதுக்கித் தள்ளுகிறார். அத்துடன் உயர்ந்த ஜாதிக்காரர்கள், தாழ்ந்த ஜாதிக்காரர்கள் என்பவர்களை எப்போதும் அடிமைப்படுத்தி வைக்க மேற்கொள்ளும் சூழ்ச்சிப் பரப்புரை என்றும் அறிவுறுத்துகிறார்.

ஜாதி மாநாடு நடத்துவோரின் நோக்கம் என்னவாய் இருக்க வேண்டும் என்பதையும் பின்வருமாறு விளக்கியுள்ளார்:

ஜாதி மகாநாடுகளைக் கூட்டுகின்ற தலைவர்கள் பரந்த நோக்கமும் சிறந்த கொள்கையும் சுயமரியாதை உணர்ச்சியும் உடையவர்களாய் இருக்க வேண்டும். தனிப்பட்ட ஜாதியாச்சாரங்களையும் கொள்கை யாச்சாரங்களையும் ஒழித்து சகோதரத்துவத்தை அடைவதற்கு தகுந்த பொதுவான ஆசாரங்களை உண்டாக்க வேண்டும் என்னும் நோக்க முள்ளவராய் இருக்க வேண்டும். தமக்கு உயர்ந்த ஜாதியார்கள் இருக்கிறார்கள். தமக்குக் கீழ், தாழ்ந்த ஜாதியார்கள் இருக்கிறார்கள் என்னும் எண்ணத்தைத் தம் ஜாதியினரிடமிருந்து அகற்ற வேண்டும் என்னும் கொள்கையுடையவராயிருக்க வேண்டும் (மேலது).

இவ்வாறு எழுதிவிட்டு 'பரம்பரையாக நமது ஜாதிக்கு ஏற்பட்ட தொழிலை விட்டு விடக் கூடாது' என்று எழுதியுள்ளார். விட்டு விடக்கூடாது என்பது அச்சுப்பிழையாக இருக்கும் வாய்ப்புள்ளது. விட்டுவிடவேண்டும் என்றிருப்பதே பொருத்தமானதாய் இருக்கும். ஏனெனில் இத்தொடரை அடுத்திருக்கும் பத்தி, இத்தொடரில் இருந்து மாறுபட்ட செய்தியைக் கூறுகிறது. அப்பகுதி வருமாறு:

நமது ஜாதியினர் அனைவரும் பரம்பரைத் தொழிலையே செய்து வர வேண்டும் என்னும் மூடக்கொள்கைகளையும் பிடிவாதமான கொள்கையையும் ஒழித்து ஒவ்வொருவரும் தங்கள் தங்கள் கல்விக்கும் அறிவுக்கும் திறமைக்கும் வசதிக்கும் ஏற்ற எந்தத் தொழிலையும் செய்யலாம் என்ற கொள்கையையும் எண்ணத்தையும் தமது ஜாதியினரிடம் உண்டாக்க வேண்டும் என்னும் உறுதியான அபிப்ராயமுடையவர்களாய் இருக்க வேண்டும். இத்தகைய கொள்கையும் உறுதியான எண்ண மும் உள்ள தலைவர்களால் கூட்டப்படும் ஜாதி மகாநாடுகளும் ஜாதிகளுந்தான் முன்னேற முடியும். சம சுதந்திரப் பந்தயப் போட்டியில் கலந்து கொண்டு செம்மையாக வாழமுடியும் என்று உறுதியாகக் கூறுகிறோம் (மேலது).

சாதி அமைப்புக்கு எதிரான கருத்துக் கொண்டிருந்த பெரியார் சாதி மாநாடுகளில் தாம் கலந்து கொள்வதற்கான காரணத்தை இவ்வாறு தம் தலையங்கத்தில் விளக்கி உள்ளார்.

அத்துடன் அம்மாநாடுகளின் நோக்கம் என்னவாய் இருக்க வேண்டும் என்பதையும் சுட்டிக்காட்டியுள்ளார். இப்படி எழுத்து வடிவிலான தலையங்கத்தில் மட்டுமின்றி தமது உரைகளிலும் சாதி மாநாடுகளின் தேவை குறித்து விளக்கி உள்ளார்.

சேலம் மாவட்டம் தேவேந்திரகுல வேளாளர் மகாநாடு 1935–இல் நிகழ்ந்தபோது அதில் கலந்து கொண்டு உரையாற்றி உள்ளார். அவ்வுரையில் ஜாதி மாநாடுகளின் அவசியம் குறித்தும் அதில் தாம் கலந்து கொள்வதற்கான காரணம் குறித்தும் பின்வருமாறு விளக்கியுள்ளார்:

> உயர்ந்த ஜாதியார்கள் என்று சொல்லிக் கொள்ளுகிறவர்கள், தங்களுடைய உயர்வும் ஆதிக்கமும் குறையாதிருப்பதற்குச் சதா மாநாடுகள் கூட்டி மற்றவர்களைத் தாங்கள் இழிவுபடுத்துவதையும், மற்றவர்கள் பேரில் தாங்கள் ஆதிக்கம் செலுத்துவதையும் நிலை நிறுத்த முயற்சித்து வருகிறார்கள். ஆதலால் அதிலிருந்து தப்புவதற்கு இம்மாதிரியான மகாநாடுகள் கூட்டப்பட வேண்டுமென்பதே எனது அபிப்பிராயமாகும். நானோ, ஜாதி மதம் அவற்றிற்காதாரமான கடவுள்கள் என்பவைகள் எல்லாம் ஒழியவேண்டுமென்று சொல்லுகிறவன். அப்படிப்பட்டவன் இந்த ஜாதி மகாநாட்டிற்கு எப்படி வரக்கூடும் என்று சிலர் கேட்கலாம். ஜாதி மதக்கொடுமைகளையும் அவற்றிற்காதரமான கடவுள்களையும் புரட்டுக்களையும் உங்களுக்கு விளக்கி அவ்விதக் கட்டுப்பாடுகளிலும் மூடநம்பிக்கைகளிலும் குருட்டுப் பழக்கவழக்கங்களிலிருந்தும் விடுபடச் செய்ய வேண்டும் என்கின்ற ஆசையின் பெயரிலேயே வந்திருக்கிறேனே ஒழிய வேறில்லை (குடி அரசு 10–2–1935).

இவ்வாறு சாதி மாநாடுகளின் அவசியம், அவற்றின் நோக்கம், தான் அதில் கலந்து கொள்வதன் நோக்கம் என்பன குறித்து பெரியார் தம் கருத்துக்களைப் பதிவு செய்துள்ளார்.

மாநாட்டு உரைகள்:

ஜாதி மாநாடுகளின் நோக்கம் என்னவாய் இருக்க வேண்டும் என்று வரையறுத்துள்ள பெரியார், இம்மாநாடுகளில்

ஆற்றிய உரையில் இதனையொட்டியே சில கருத்துக்களைக் கூறியுள்ளார். அவர் ஆற்றியுள்ள உரைகளில் பரவலாக இடம் பெற்றுள்ள கருத்துக்களைப் பின்வருமாறு வகைப்படுத்தலாம்.

1. தீண்டாமை
2. மதமாற்றம்
3. சாதிப்பெயர் மாற்றம்
4. இந்து மதம்
5. சுயமரியாதை
6. பார்ப்பனர் அல்லாதார் இயக்கம்

அவரது உரைகளில் மேற்கூறிய தலைப்புகள் தொடர்பான செய்திகள் அழுத்தம் பெறுகின்றன. அத்துடன் சாதி தொடர்பான அவரது சிந்தனைகளை நாம் உணர்ந்து கொள்ளவும் உதவுகின்றன.

பெரியார் கலந்து கொண்ட சாதி மாநாடுகளில் அட்டவணைச் சாதியினர் என்றழைக்கப்பட்ட, தீண்டாமைக் கொடுமைக்காட்பட்ட சாதியினரின் மாநாடுகள் மிகவும் முக்கியமானவை. ஏனெனில் காலனிய அரசின் துணையால் நவீனக் கல்வியும், வேலைவாய்ப்பும் இம்மக்களுக்குக் கிட்டி யிருந்தது. அத்துடன் கிறித்துவ மதமாற்றமும் ஓரளவுக்கு உதவியிருந்தது. மற்றொரு பக்கம் தேசிய இயக்கம் இவர்களை ஒரு பொருட்டாக எண்ணத் தொடங்கியிருந்தது. இவர்களிடம் இருந்தே தலைவர்கள் உருவாகி இவர்களது பிரச்சினைகளைப் பேசத் தொடங்கினர்.

இச் சூழலில்தான் இம்மக்களது சாதி மாநாடுகள் நிகழத் தொடங்கின. பொதுவெளியில் தீண்டாமை முற்றிலும் மறையாத நிலையும் கல்வித் தகுதிக்கேற்ற வேலைவாய்ப்புகள் கிட்டாத நிலையும் இருந்தாமையால் இவற்றை மையமாகக் கொண்டு அட்டவணை சாதிப்பட்டியலில் அடங்கிய ஆதிதிராவிடரும் தேவேந்திரகுல வேளாளரும் தனித்தனி யாக சாதி மாநாடுகளை நடத்தலாயினர்.

ஆதிதிராவிடர்களில் குறிப்பிடத்தக்க அளவில் பலர் கிறித்தவத்தைத் தழுவியிருந்தனர். இதன் வாயிலாகக் கல்வியும்,

சிறு அளவிலான வேலை வாய்ப்பும் பெற்றிருந்தனர் என்றாலும் இவர்கள் தம் பழைய சாதிய அடையாளத்துடனேயே கிறித்துவத்திற்குள் இயங்க வேண்டிய அவலம் நிலவியது. இதனால் கிறித்தவ ஆதிதிராவிடர் மாநாடுகளை நடத்த வேண்டிய கட்டாயம் இவர்களுக்கு ஏற்பட்டது.

இம்மாநாடுகளில் கலந்து கொண்ட பெரியார், தீண்டாமை குறித்துக் கண்ணீர் வடிக்கவில்லை. உணர்ச்சிமிக்க உரைகளை ஆற்றவும் இல்லை. தன்னை உரையாற்ற அழைத்த சாதியின் பண்டையப் பெருமை களைக் கூறி கரவொலி பெறவும் இல்லை. மாறாக அறிவுப்பூர்வமான முறையில் அப்போதைய சமூகச் சூழலுடன் இணைந்த கருத்துக்களையே இம்மாநாடுகளில் வெளிப் படுத்தியுள்ளார். அவற்றுள் பல இன்றும் பொருத்தமானவையே.

இந்தியச் சமூகத்தில் நிலவும் தீண்டாமை என்பது தனிப்பட்ட மனிதர்கள் சிலரின் நம்பிக்கை சார்ந்ததல்ல. அதற்கு ஒரு வரலாற்றுப் பின்புலம் உண்டு. இது குறித்து அம்பேத்கர் விரிவாக ஆராய்ந்துள்ளார். அவரது கருத்துப்படி தீண்டாமையின் ஊற்றுக்கண் இந்துமதம்.

இதே கருத்தைத்தான் பெரியாரும் கொண்டிருந்தார். *10.7.1935* அன்று சீர்காழி நகரில் நிகழ்ந்த, தஞ்சை மாவட்ட ஆதிதிராவிட மகாநாட்டில் உரையாற்றும்போது

> "......தாழ்த்தப்பட்ட மக்களின் நிலை ஒரு பெரிய அஸ்திவாரத்தின் மீதே கட்டப்பட்டிருக்கிறது.
>
> எப்படி என்றால் தாழ்த்தப்பட்ட மக்கள், கீழ் ஜாதி மக்கள் தீண்டப்படாதவர்கள் என்பவர்கள் எல்லாம் பிறவியிலேயே கீழ்மைத் தன்மை அடைந்தவர்கள் என்றும் அவர்கள் கடவுள்களாலேயே அந்தப்படி பிறப்பிக்கப் பட்டவர்கள் என்றும், அதற்கு மதங்களும் மதசாஸ்திரங்களுமே ஆதாரங்கள் என்றும், கடவுள் செயலையோ மதவிதிகளையோ யாரும் மாற்றக்கூடாதென்றும் அவை மாற்றுதலுக்குக் கட்டுப்பட்டதல்லவென்றும் சொல்லப்படக் கூடிய ஒரு பலமான அஸ்திவாரத்தின் மீது கட்டப்பட்டிருக்கிறது" (குடி அரசு, 28.7.1935).

என்று குறிப்பிட்டுள்ளார். இதன் தொடர்ச்சியாக அவர் மேலும் குறிப்பிட்டுள்ள செய்திகள் வருமாறு:

> "ஜாதிகள் என்பது மதத்தினால் ஏற்பட்டதாகும். எப்படி எனில் மனுதர்ம சாஸ்திரத்தில் சண்டாள ஜாதி உற்பத்திக் கிரமமும் மற்ற ஜாதிப்பிரிவு உற்பத்திக் கிரமமும் சொல்லப் பட்டிருக்கிறது.
>
> ஆகவே தீண்டாமை ஒழிப்புக்கோ, ஜாதி ஒழிப்புக்கோ நீங்கள் முதலில் உங்கள் மதத்தை ஒழித்தாக வேண்டும். மதத்தை ஒழிக்க உங்களால் முடியவில்லையானால், மதத்தைவிட்டு நீங்களாவது விலகி ஆகவேண்டும். உங்கள் மதம் போகாமல் ஒருநாளும் உங்களது தீண்டாமைத் தன்மையோ பறத் தன்மையோ ஒழியவே ஒழியாது என்பது கல்லுப்போன்ற உறுதி' (*குடி அரசு, 28.7.1985*).

1944– டிசம்பர் மாதம் கான்பூர் நகரில் நடைபெற்ற அகில இந்தியப் பிற்படுத்தப்பட்ட (பார்ப்பனரல்லாதார்) இந்து வகுப்பார் சங்க மாநாட்டில் பெரியார் கலந்து கொண்டு தலைமையுரை ஆற்றியுள்ளார். அவ்வுரையில்

> ...... எவ்வளவு காலத்திற்கு நாம் இந்து மதத்தையும் இந்துக்கடவுள்களையும் இந்து சாஸ்திரங்களையும், நம்பிப் பின்பற்றிக்கொண்டு இருக்கிறோமோ அதுவரையில் நாம் தாழ்த்தப்பட்டவர்களாகவும் பிற்படுத்தப்பட்டவர்களாகவும் சமஉரிமைக்கு அருகதை அற்றவர்களாகவும் இருப்பதிலிருந்து தப்பித்துக்கொள்ள முடியவே முடியாது (*குடி அரசு, 13.01.1945*).

என்று குறிப்பிட்டுள்ளார். மேலும் மலைக்காய்ச்சலை (மலேரியா) 'கொய்னா' மாத்திரை சாப்பிட்டு ஒழிப்பது முழுமையான தல்ல என்று கூறி அக்காய்ச்சலுக்குக் காரணமான மலேரியா கொசுக்களை ஒழிக்கும் வகையில், குப்பைகூளங்களை எரித்து அழுக்குத் தண்ணீர் குட்டைகளை மூட வேண்டும் என்கிறார். இது போன்றே, 'சமுதாய இழிவுக்குக் காரணங்களாய் இருக்கிற எப்படிப்பட்ட மதத்தையும் கடவுள்களையும், ஆதாரங்களையும் நாம் அடியோடு அறுத்தே தீரு வேண்டியவர் களாய் இருக்கிறோம்' என்றும் கூறியுள்ளார்.

சாதி, சாதி அடிப்படையில் நிகழும் இழிவு, என்பனவற்றைப் போக்க இந்துமத எதிர்ப்பு என்பதையே பெரியார் வலியுறுத்தி உள்ளார் என்பதை மேற்கூறிய அவரது மாநாட்டு உரைகள் வாயிலாக அறியலாம். அவரது கருத்து இப்படி இருந்தாலும் தமிழ் நாட்டுச் சாதிகள் பலவும் சாதிய இழிவில் இருந்து தம்மை விடுவித்துக் கொள்ளும் முகமாக (1) மதமாற்றம் (2) உயர் சாதிப்பட்டங்களைத் தரித்தல் என்ற இருவழிமுறைகளை மேற்கொண்டிருந்தனர். ஆனால் பெரியார் இவ்விரு வழிமுறைகளையும் ஏற்றுக் கொள்ளவில்லை.

கிறித்தவர்களாக மாறிய ஒடுக்கப்பட்ட மக்கள் கிறித்தவத்திலும் ஒருவகையான தீண்டாமையை அனுபவித்தனர். தம் பழைய சாதிப்பெயருக்கு முன்னால் கிறித்தவர் என்ற அடைமொழியைப் பெற்றுக் கொண்டதுதான் மிச்சம். தேவாலயத்திலும், கல்லறைத் தோட்டத்திலும் குருமடங்களிலும் பாகுபாடு நிலவியது. – இச்சூழலில் அவர்களும் சாதி மாநாடுகளை நடத்தி உரிமைக்குரல் எழுப்ப வேண்டிய – கட்டாயத்தில் இருந்தனர். இவ்வகையில் ஏப்ரல் 1933–இல் லால்குடி வட்ட ஆதி திராவிட கிறிஸ்தவர்கள் மாநாடு நிகழ்ந்தபோது பெரியார் அதில் கலந்து கொண்டு சொற்பொழிவாற்றியுள்ளார். தமது உரையின் தொடக்கத்தில்

> "இந்து மதத்தில் எவ்வளவோ கால மிருந்து கீழான ஜாதியாய் கருதப்பட்டு நீங்கள் அடைந்து வந்த இழிவைப் போக்கிக் கொள்வதற்காக வேறு மதத்தில் வந்து சேர்ந்தும் அங்கும் அந்த இழிவு இருந்து உங்களைப் பழைய கருப்பனாகவே நடத்தி வந்தால் எப்படியாவது அந்த இழிவைப் போக்கிக் கொள்ள வேண்டுமென்ற உணர்ச்சியின் மீது இந்த மகாநாட்டைக் கூட்டி நீங்கள் எல்லோரும் இங்கு வந்து சேர்ந்திருக்கிறீர்கள்.

என்று கூறி மதமாற்றத்தால் இழிவு நீங்கி விடவில்லை என்ற உண்மையைச் சுட்டிக் காட்டியுள்ளார் (குடி அரசு, 07.08.1933).

கிறித்தவத்தை தழுவிய ஆதிதிராவிடர்களைப் பறையர் என்று அழைக்காமலும் தேவாலயத்தில் கிறாதி (அளி) போட்டு பிரித்து வைக்காமலும் இருக்க வேண்டும் என்பது ஆதி திராவிடக் கிறித்தவர்களின் எதிர்பார்ப்பாக இருந்துள்ளது. ஆனால் பெரியார் இவற்றையெல்லாம் விட அவர்களது

பொருளியல் முன்னேற்றத்தைப் பின்வருமாறு வலியுறுத்தி உள்ளார்.

> சும்மா பறையர் பட்டம் போனால் போதும் கிறாதியை எடுத்துவிட்டால் போதும். கோயிலுக்குள் நுழையவிட்டால் போதும் என்றெல்லாம் கருதுவதில் பிரயோசனமில்லை .... உங்களுடைய கிளர்ச்சியானது பொருளாதாரத் துறையில் நீங்கள் மற்றவர்களால் ஏமாற்றப்படுவதும் வஞ்சிக்கப்படுவதும் ஒழிய வேண்டு மென்பதையே அஸ்திவாரமாகக் கொண்டிருக்க வேண்டும். அதில்தான் உங்கள் விடுதலை இருக்கிறது. எந்தக் கடவுள் எந்தப் பாதிரியும் இதற்கு வகை செய்ய முடியாது (குடி அரசு, 07.05.1933).

தமிழ்க் கிறித்துவம் தீண்டாமையை உள்வாங்கிய கிறித்தவமாக விளங்குகிறது என்பது பெரியாரின் கருத்தாக இருந்துள்ளது. திருச்செங்கோடு வட்டம் சமுத்திரத்தில் 15.03.1936–இல் 'திருச்செங்கோடு தாலுகா ஆதிதிராவிட 5–வது மகாநாடு' 07.03.1936–இல் நிகழ்ந்துள்ளது. இம்மாநாட்டில் கலந்து கொண்டு உரையாற்றிய பெரியார் இக்கருத்தை வெளிப்படையாகக் கூறியுள்ளார்.

> .... கிறிஸ்தவர்களாக ஆகிவிடுவதில் தீண்டாமை அழிவதில்லை.... நீங்கள் மதம் மாறி என்ன பயன்? இந்த இரண்டு மூன்று மாதமாய் ஈரோட்டில் கிறிஸ்தவ ஆதிதிராவிடர்களை, அவர்கள் கிறிஸ்தவ மேல் ஜாதிக்காரர்கள் தொழும் இடத்தில் வந்து தொழுததற்காக மேல்ஜாதிக்காரர் செருப்பால் அடித்துவிட்ட தாகவும், கிறிஸ்தவ ஆதிதிராவிடர் மேல்ஜாதிக் காரர்களை செருப்பாலடித்துவிட்டதாகவும் கோர்ட்டில் பிராது நடக்கின்றது. இது எவ்வளவு மானக்கேடு பாருங்கள். சாமியார்கள், மேல் ஜாதிக்காரர்களுக்கு சலுகை காட்டு கின்றார்கள் என்றும் அவர்களே மேல்ஜாதிக் காரர்களுக்கு பிராது செலவுக்குப் பணம் கொடுத்தார்கள் என்றும் கோர்ட்டிலேயே புகார் சொல்லப்பட்டது. இந்த மாதிரி மதத்துக்குப் போவதால் என்ன பயன்.

கிறித்துவ மதமாற்றம் தீண்டத் தகாதவர்களின் சுயமரியாதை உணர்வைப் பாது காக்கும் என்று அவர் கருதவில்லை. இதன் அடிப்படையில் இஸ்லாமியராக மதம் மாறுவதை அவர் வரவேற்றுள்ளார். இக்கருத்தை மேற்கூறிய திருச்செங்கோடு ஆதிதிராவிடர் மகாநாட்டில் பின்வருமாறு வெளிப்படுத்தியுள்ளார்.

> எதாவது ஒருமதம் வேண்டுமென்றால் எந்த மதக்காரர்களுடைய சலுவையாவது பெற்று இந்துக்களின் கொடுமையிலிருந்து தப்ப வேண்டுமானால் உங்களுக்கு இஸ்லாம் மதமே மேல் என்று சொல்வேன்... இஸ்லாம் மதமானது ஒரு இஸ்லாமியனை மற்றொருவன் 'இவன் தீண்டாதான்', 'இஸ்லாம் பறையன்' என்று சொல்வதை ஒரு வினாடி கூட பொறுத்துக் கொண்டு இருக்காது'

இதேக்கருத்தை குடி அரசு இதழில் கேள்வி-பதில் பகுதியிலும் கட்டுரைகளிலும் அவர் வெளிப்படுத்தியுள்ளார்.

ஒடுக்கப்பட்ட சாதியினர் தம் சமூக உயர்வுக்கு மேற்கொள்ளும் வழிமுறைகளில் ஒன்று, மேட்டிமை சாதியினரின் சமய அடையாளங்களையும், சாதிப்பட்டங்களையும், உணவுப் பழக்கங்களையும் உள்வாங்கிக் கொள்தல். இந்தியச் சமூகவியலாளர் எம்.என். சீனிவாஸ் இதை மேல் நிலையாக்கம் என்பார். மேல் நிலையாக்கப் போக்கு ஒடுக்கப்பட்ட சாதியினரிடம் உருவாவதை பெரியார் ஆதரிக்கவில்லை. (எதிர்க்குரலை வெளிப்படுத்துதல் என்று சில சமூகவியலாளர்கள் கருதுகிறார்கள்). அவர் கலந்து கொண்ட சாதி மாநாடுகளில் இது குறித்த தன் கருத்தை வெளிப்படையாகத் தெரிவித்துள்ளார். தஞ்சை மாவட்டம் ஆதி திராவிட வாலிபர் மகாநாட்டில் உரையாற்றியபோது

> தாழ்த்தப்பட்டவர்கள் தீண்டப்படாத வர்கள் என்பவர்களில் சிலர் தாங்கள் ஏதோ குளித்து முழுகிவிட்டு விபூதிப் பூச்சோ, பட்டை நாமமோ விதிப்படி அணிந்து வைதிகர்கள் போல் வேஷம் போட்டுக் கொண்டு மது மாமிசம் சாப்பிடுவதில்லை என்று சொல்லிக் கொண்டு சுவாமி என்று பெயர் வைத்துக் கொண்டு திரிந்தால் தங்கள் நிலை உயர்ந்து விடும் என்றும் தீண்டாமை ஒழிந்துவிடும் என்று கருதி இருக்கிறார்கள்.

> இது மற்றவர்களை ஏமாற்ற நினைத்துத் தாங்களாகவே ஏமாற்றிக் கொள்ளும் பைத்தியக் காரத்தனமேயாகும். மற்றும் பலர் தங்களைச் சாதாரண சூத்திரர்கள் அல்லவென்றும் சற்சூத்திரர்கள் என்றும் 'பட்டுக் குஞ் சலம் போல்' சொல்லிப் பார்த்திருக்கிறார்கள். என்ன செய்தும் அதை மாற்ற முடியாமலேயே போய்விட்டது (குடி அரசு, 28.07.1935).

சாதிகளின் மேல் நிலையாக்கம் குறித்து இதுபோன்ற கருத்துக்களைக் கூறினாலும் தம் சாதியை இழிவு படுத்துவோர்க்கு எதிராக எதிர்ப்புத் தெரிவிப்பதை அவர் வரவேற்றும் உள்ளார். *23.06.1944* அன்று நடந்த மருத்துவகுல மாநாட்டில் அவர் கூறிய ஒரு செய்தியும் அதையொட்டி அவர் கூறிய அறிவுரையும் இதற்குச்சான்றாகும்.

கரூரில் உள்ள முடித்திருத்தகங்களில் 'பெரும் வியாதிஸ்தரும் மேளவாத்தியாக் காரரும் உள்ளே வரக்கூடாது' என்ற அறிவிக்கை ஒட்டப்பட்டிருந்ததாம். மேள வாத்தியக்காரர்கள் தம்மை உயர்ந்த சாதியாகவும் முடிதிருத்துவோரைத் தாழ்ந்த சாதியாகவும் கருதியுள்ளார்கள். இதன் வெளிப்பாடாக மருத்துவ குடும்பத்தினர் இல்ல நிகழ்வுகளில் மேளம் வாசிப்பதில்லை என்று முடிவு செய்திருந்தார்கள். இதற்கு எதிர்ப்பாகவே மேற்கூறிய அறிவிக்கையை முடித்திருத்தகங் களில் ஒட்டி யிருந்தனர். இதைக் கூறிவிட்டு

> மேளக்காரர் மாத்திரம் அல்லாமல் மற்றும் எவனொருவன் உங்களை இழிவுபடுத்துகிறானோ அவன் உள்ளே நுழையக்கூடாது என்று நோட்டிசில் போடுங்கள். 'நீங்கள் – யாரையும் 'சாமி' என்றோ எஜமான் என்றோ சொல்லக்கூடாது. பார்ப்பனர்களின் குருசங்கராச்சாரியாருக்கு சவரம் செய்ய – நேரிட்டாலும் அய்யா' என்றே கூப்பிடுங்கள் (குடிஅரசு, 27.05.1944).

என்று அறிவுறுத்தியுள்ளார்.

காக்கைச் சிறகினிலே, 2017 டிசம்பர், 2018 ஜனவரி

கோவில் பண்பாடும் பெரியாரும்

பண்பாடு என்பது சமூகவயமான ஒன்று. பேசும் மொழி, பின்பற்றும் சமயம், உணவு உடை, பழக்க வழக்கங்கள் என்பனவற்றின் வாயிலாகவும் இனம், புவியியல் சார்ந்தும் பண்பாடு வெளிப்படும். மற்றொரு பக்கம் பொருளியல் காரணங்களாலும் வர்க்கம் சார்ந்தும் பண்பாடு உருவாகும். இதனால் பண்பாடு என்பது ஒற்றைத் தன்மை கொண்ட தல்ல. ஆளுவோர் பண்பாடு ஆளப்படுவோர் பண்பாடு என அது இருவேறுப்பட்ட பண்பாடுகளாக வெளிப்படும் தன்மையது. கண்ணுக்குப் புலப்படாத அருவத்தன்மை கொண்ட அல்லது குணப்பொருளான பண்பாடு சில அடையாளங்கள் வாயிலாகத் தன்னை வெளிப்படுத்திக் கொள்ளும். இவ் அடையாளங்களைப் 'பண்பாட்டு அடையாளங்கள்' எனல் பொருந்தும்.

தனக்கென தனித்துவமான பண்பாடு களையும், பண்பாட்டு அடையாளங்களையும் கொண்டு சமயங்கள் செயல்படும். இதன் அடிப்படையில் சமயப்பண்பாடு என்ற பண்பாட்டு வகைமை உருவாகி உள்ளது. இச் சமயப் பண்பாடு வெளிப்படும். ஒரு முக்கிய இடமாக சமயம் சார்ந்தோர் வழிபடும் இடமான கோவில் அமைகிறது.

கோவில்

கிறித்தவர்கள் தாம் வழிபடக் கூடும் தேவாலயத்தை, கடவுளும் வழிபடுவோனும் சந்திக்கும் இடம் என்பர். கண்ணுக்குப் புலனாகாத இறைவனைக், கட்புலனால் காணும்

வழிமுறையாகப் படிம வடிவில் இறைவன் காட்சியளிக்கும் இடமாக, சைவர்களும், வைணவர்களும் கோவிலைக் கருதுகின்றனர். இக்கோவிலை உருவாக்கவும் அதில் வழிபாடு நிகழ்த்தவும், விழாக்கள் கொண்டாடவும், ஆகம விதிமுறைகள் உள்ளன. (நாட்டார் சமய நெறி இதற்கு விதிவிலக்கானது).

கோவில் பண்பாடு

வழிபடும் இடமான கோவிலை மையமாகக் கொண்டு உருவான பண்பாடே கோவில் பண்பாடு ஆகும். வழிபட வருவோர், வழி பாட்டை நடத்தி வைப்போர், வழிபாட்டு மொழி, படையல் பொருட்கள் என்பனவற்றின் வாயிலாக, கோவில் பண்பாடு வெளிப்படும்.

இறை நம்பிக்கையுடன் கோவிலுக்குள் செல்வோர் இக் கோவில் பண்பாட்டை ஏற்றுக் கொள்ள வேண்டும்.

ஆயினும் இறைப்பற்றாளர்களில் சிலர் இக்கோவில் பண்பாட்டை ஏற்றுக் கொள்வ தில்லை. தமிழகச் சித்தர்களில் பெரும்பாலோர் இறை நம்பிக்கையாளர்கள். ஆனால் அவர்கள் கோவில் பண்பாட்டை ஏற்றுக் கொள்ளாதவர்கள். 'கோயிலாவதேதடா குளங்களாவதேதடா', 'நட்டகல்லைச் சாமியென்று' என்று தொடங்கும் சித்தர்பாடல்கள் பரவலாக அறிமுகமானவை. வள்ளலாரும்கூட கோவில் பண்பாட்டிற்கு மாறான நிலைப்பாட்டையே தம் பிற்கால வாழ்வில் எடுத்திருந்தார்.

பெரியாரும் கோவில் பண்பாடும்

தம்மை ஓர் இறை மறுப்பாளராக வெளிப்படுத்திக் கொண்டவர் பெரியார். இறை நம்பிக்கை – கோவில் – கோவில் பண்பாடு என்பனவற்றை அவர் ஏற்காததில் வியப்பில்லை. தம் உரைகள் எழுத்துக்கள் வாயிலாகவும் அவரது கோவில் பண்பாட்டு எதிர்ப்பைப் பதிவு செய்துள்ளார். இப்பதிவுகளில் மையமாக அமைவது, சாதியும் மொழியும் தான்.

கோவில் பண்பாட்டில் சாதி

இந்தியச் சமூகவாழ்வில், தொடக்கத்தில் உருவான நான்கு வருணப் பாகுபாடு வளர்ச்சி அடைந்து சாதியாக

மாறியமை பரவலாக அறிந்த உண்மை . இது குறித்து இந்தியச் சமூக வியலாளர்கள் விரிவாக ஆராய்ந்துள்ளார்கள். நான்கு வருணங்களுக்கு அப்பால் அவர்ணர்கள் (வருணமற்றவர்கள்) என்ற பிரிவினை உருவாக்கியதும், அவர்களைச் சண்டாளர்கள் எனப் பெயரிட்டுத் தீண்டத்தகாதோராக ஆக்கியதையும் இதில் மனுதர்ம சாஸ்திரத்தின் பங்களிப்பையும் அம்பேத்கர் ஆய்வு செய்து வெளிப்படுத்தியுள்ளார்.

இந்திய மன்னர்கள் உருவாக்கிய கோவில்களில் சாதியத்தின் தாக்கம் மிகுந்திருந்தது. அவர்ணர்களும், சூத்திரர்களில் ஒரு பகுதியினரும் கோவில்களில் நுழையத் தடைசெய்யப் பட்டிருந்தார்கள். இப்போக்கு சோழர் ஆட்சிக்காலத் தமிழகத்தில் வளர்ச்சி பெற்றது.

சேக்கிழாரின் பெரிய புராணத்தில் ஆதிதிராவிடர் சமூகத்தைச் சேர்ந்த நந்தனார் என்ற சிவனடியார் இடம்பெற்றுள்ளார். அறுபத்தி மூன்று நாயன்மார்களில் ஒருவர். தில்லை நடராசர் கோவிலுனுள் சென்று வணங்க விரும்பி, தில்லை சென்ற இவர் 'இன்னல் தரும் இழிபிறவி இது தடை' என நினைத்து தில்லை நகருக்கு வெளியிலேயே தங்கிவிட்டதாகச் சேக்கிழார் கூறுகிறார். யார் யாருக்கு கோவில் நுழைவு உரிமை உண்டு என்பதை ஆகம நூல்கள் சிலவும், ஸ்மிருதி நூல்கள் சிலவும் வரையறுத்திருந்தன. ஆங்கில ஆட்சியிலும் கூட இந்நிலை தொடர்ந்தது.

இவ்வாறு, சாதியை மையமாகக் கொண்ட இக்கோவில் பண்பாட்டிற்கு எதிராகப் பெரியார் பதிவு செய்துள்ள கருத்துக் களை அவரது உரைகளிலும் எழுத்துக்களிலும் காணமுடிகிறது.

பெரியாரின் பங்களிப்பு

சாதிய மேலாண்மையை நிலை நிறுத்தும் இடங்களாக, தெருக்கள், நீர்நிலைகள், இடுகாடு, கல்விச் சாலைகள் போன்ற பொதுவெளிகள் அமைந்தன. ஒரு பொது வெளி என்ற முறையில் கோவிலும் இப்பட்டியலில் இடம் பெற்றிருந்தது. இதனால் சமத்துவம் வேண்டும் இடமாகக் கோவிலும் காட்சி அளித்தது.

கோவில் பண்பாட்டில் சாதியின் ஆதிக் கத்தைப் பெரியார் நன்கு உணர்ந்திருந்தார். அத்துடன் இச்சாதியமுறையை

இந்துமதம் மட்டுமின்றி கிறித்தவமும் பேணிக்காத்து வந்ததையும் அவர் அறிந்திருந்தார். இதனால் சாதி மேலாண்மைக் கெதிரான அவரது கருத்துப் போராட்டத்தை, சைவ வைணவக் கோவில்களுக்கு எதிராக மட்டுமின்றி கிறித்தவத் தேவாலயங்களுக்கு எதிராகவும் நடத்தினார்.

இறை நம்பிக்கையில்லாத பெரியார், கோவில் நுழைவு மறுக்கப்பட்டவர்களுக்கு ஆதரவாகக் குரல் கொடுத்தார். தீண்டத்தகாதோர் என்று ஒதுக்கி வைக்கப்பட்ட மக்கள் தம் உரிமையைக் கிறித்தவத் தேவாலயங்களில் அடையவும் ஆதரவளித்தார். இது வியப்பான ஒன்றுதான். இச்செயலை அவர் ஏன் மேற் கொண்டார் என்பதை அவரே விளக்கியுள்ளார். 19.08.1928 குடி அரசு இதழில் கோவில் நுழைவு குறித்து 'செய்தி விளக்கம்' என்ற பகுதியில் அவர் எழுதிய பகுதி வருமாறு:

> "... கோயில்களின் நிபந்தனைகள் மக்கள் சுயமரியாதைக்கு இடையூறாகவும் உயர்வு தாழ்வு கற்பிப்பதற்கு ஆதாரமாகவும் இருப்பதால் இவை களுக்கு ஆதாரமான சகலத்தையும் ஒழிக்க வேண்டுமென்று கருதி இதைச் செய்யத் தூண்டு கின்றோமேயல்லாது, சாமி என்ற ஒன்று இருந்தால் அங்குதான் இருக்கக் கூடுமென்றோ அந்தக் கல்லுச் சாமிக்குப் பக்கத்தில் போவதால் அதிக லாபம் கிடைக்குமென்றோ நினைத்திருக்கும் படியான அவ்வளவு முட்டாள்தனத்துடன் நாம் கோவிலில் எல்லோருக்கும் சம உரிமை கேட்கவில்லை'

08.05.1932 குடி அரசு இதழின் தலையங்கத்திலும் பின்வருமாறு அவர் எழுதியுள்ளார்:

> 'ஆனால் அக்காலத்தில் கோயில் சத்தியாக் கிரகத்திற்கு இருந்த ஆதரவைக் காட்டிலும் இப்பொழுது கொஞ்சம் அதிக ஆதரவே இருந்து வருகிறது என்று கூறலாம். இந்த ஆதரவைக் கொண்டு விடாமுயற்சியுடன் கோயில் நுழைவுக்காகப் பாடுபட்டால் அவ்வுரிமை கிடைத்துவிடும் என்பதிலும் ஐயமில்லை என்றே வைத்துக் கொள்ளலாம். ஆனால் இவ்வாறு தீண்டாத சகோதர்கள் கோயில் நுழைவு உரிமை பெறுவதினால் அவர்களுக்குக் கிடைக்கும் பயன் என்ன என்பதைப் பற்றியே இப்பொழுது நாம் குறிப்பிட விரும்புகின்றோம்.

அவர்கள் மற்றவர்களுடன் சமத்துவமாகக் கோ யில்களுக்குச் செல்லும் உரிமை பெறுவதன் மூலம் ஓரளவு தீண்டாமை ஒழிகின்றதென்பதையும். சமத்துவம் கிடைக்கின்றதென்பதையும் நாம் ஒப்புக் கொள்ளுகிறோம். இதுவும் ரயில்வண்டி களிலும் திருவிழாக் காலங்களிலும் கோயில்களின் தேர்களை இழுக்குங் காலங்களிலும் எந்த அளவில் தீண்டாமை ஒழிந்து சமத்துவம் ஏற்படுகிறதோ அந்த அளவில்தான் கோயில் நுழைவினாலும் தீண்டாமை ஒழிந்து சமத்துவம் ஏற்படும் என்பதே நமது கருத்தாகும். ஆகவே கோயில் நுழைவினால் நிரந்தரமாகத் தீண்டாமையொழிவோ, சமத்துவமோ ஏற்பட்டு விடமுடியாது என்பதைப் பற்றி யாரும் ஐயுற வேண்டியதில்லை.

ஆகையால் பொது இடத்திற்குப் போகக் கூடிய உரிமை தீண்டாதவர்களுக்கும் இருக்க வேண்டும் என்ற கருத்துடன் கோயில் பிரவேச முயற்சி நடை பெறுமானால் அதை நாம் மனப்பூர்வமாக ஆதரிக்கவே கடமைப்பட்டுள்ளோம் என்பதில் ஐயமில்லை.'

தீண்டத்தகாதவர்கள் என ஒதுக்கி வைக்கப்பட்ட மக்களின் கோவில் நுழைவு குறித்து தெளிவான கருத்து நிலையைப் பெரியார் கொண்டிருந்ததை இத்தலையங்கம் வெளிப்படுத்துகிறது. மேலும் இதே தலையங் கத்தின் இறுதிப் பகுதியில் கோவில் நுழைவைப் பக்தி உணர்வுடன் இணைத்துப் பார்ப்பதில் அவருக்கு விருப்பமில்லை என்பதையும் வெளிப் படையாகக் கூறுகிறார். அப்பகுதி வருமாறு:

இவ்வறில்லாமல் தீண்டாதவர்களும், கோயிலில் சென்று அங்கு இருப்பதாகச் சொல்லப்படும் 'கடவுள்' என்கின்ற குழவிக்கல்லுகளையும். பதுமைகளையும் தொழுவதற்கும். அவைகளின் பேரால் மற்ற மூட மக்களைப் போல் பணம் செலவு பண்ணுவதற்கும். இவ்வாறு செய்வதன் மூலம் அவர்கள் 'பக்தி மான்கள்' ஆவதற்கும் மோட்சம் பெறுவதற்கும் கோயில் பிரவேசம் அவசியம் என்ற கருத்துடன் முயற்சி செய்யப்படுமானால் "இம்முயற்சி கண்டிப்பாகத் தீண்டாதவர்களுக்குக் கேடு சூழும் முயற்சியே" என்றுதான் கூறுவோம்',

‘இப்பொழுது நமது நாட்டில் இருந்து வரும் எண்ணற்ற கோயில்கள் காரணமாகவும் அவைகளின் சார்பாக நடைபெற்றுவரும் ‘திருவிழா’க்களின் காரணமாகவும் இவைகளின் மேல் பாமர மக்களுக்கு உள்ள நம்பிக்கை ‘பக்தி’ முதலிய வைகளின் காரணமாகவுமே பொதுஜனங்களின் செல்வம் பாழாகின்றதென்பதை யாரும் மறுக்க முடியாது. இதோடு மட்டுமில்லாமல் பொது ஜனங்கள் அறியாமை நிறைந்தவர்களாகவும் மூட நம்பிக்கை மிகுந்தவர்களாகவும் இருந்து வருகின்ற தற்கும் கோயில்களே காரணமாகும். இந்த நிலையைக் கருதும்போது தீண்டப்படாத சகோதரர்களும் மூட நம்பிக்கை காரணமாகக் கோயில் நுழைவு உரிமை பெறுவார்களாயின் அவர்களும் தங்கள் பொருளைச் சிறிதும் பயனில்லாமற் பாழாக்கி என்றுமுள்ள வறுமை நிலையில் இருந்து வரவேண்டியதைத்தவிர வேறு வழி யில்லை என்றே கூறுகின்றோம்.

ஆகையால் தீண்டப்படாத சகோதரர்களும் அவர்கள் சமூக சமத்துவத்தில் ஆவலுடைய மற்றவர்களும் ‘பக்தி’ என்ற மூடநம்பிக்கையைக் கொண்டு கோயில் நுழைவுக்குப் பாடுபடாமல் “பொது இடத்தில் எல்லா மக்களுக்கும் உரிமை வேண்டும்“ என்ற உறுதியுடன் கோயில் நுழைவுக்கு முயற்சி செய்ய வேண்டுகின்றோம். இவ்வகையில் தீண்டப்படாத சகோதரர்களும் எச்சரிக்கையாக இருக்க வேண்டுகிறோம். உண்மையில் தீண்டாமைக் கொடுமையொழிந்து மற்ற மக்களுடன் சமத்துவமாக வாழ்வதற்கு அடிப்படையான காரணங்களாக இருக்கும் செல்வம். கல்வி, திற மை, செல்வாக்கு, ஒற்றுமை முதலியவைகளைப் பெறுவதற்கு முயற்சி செய்யவேண்டுகிறோம்.

இறைமறுப்பாளரான பெரியார் தம் கொள்கை வழியில் நின்றே கோவில் நுழைவு உரிமையைப் பார்த்துள்ளார் என்பதை அவர் எழுதிய தலையங்கம் உணர்த்துகிறது. இவ்வகையில் கோவில் நுழைவு குறித்த காந்தியின் கருத்துடன் அவர் முரண்படுகிறார்.

அனைத்துச் சாதியினரும் கோவிலில் நுழைந்து வழிபடும் உரிமையைப் பெற வேண்டும் என்பதை அவர் எப்பொழுதுமே

நினைவில் கொண்டிருந்தார் என்பதற்கு அவரது எழுத்துக்கள் சான்று பகர்கின்றன.

1926 ஆம் ஆண்டில் மதுரை மீனாட்சி அம்மன் கோவிலில் நிகழ்ந்த நிகழ்ச்சியொன்றை மையமாகக் கொண்டு 'லேடி கோஷனும்நாடார்களும்' என்ற தலைப்பில் 17-01-1926 குடி அரசு இதழில் அவர் எழுதிய கட்டுரை ஒன்று குறிப்பிடத்தக்க கட்டுரையாகும்.

கோஷன் என்ற ஆங்கிலேயர் சென்னை மாநிலத்தின் ஆளுநராக இருந்தார். அவரது மனைவியார் மதுரைக்கு வந்தபோது மீனாட்சி அம்மன் கோவிலுக்குச் சென்று சுற்றிப் பார்த்தார். இந்நிகழ்ச்சி குறித்து, பெரியார் பதிவு செய்துள்ளது வருமாறு:

> மதுரை ஸ்ரீமான் குப்புசாமி ஐயர் என்கிற ஒரு பிராமணர் சென்னை கவர்னரின் மனைவியாரை, மதுரை மீனாட்சியம்மன் கோவிலுக்குள் அழைத்துப் போய் எல்லா இடங்களையும் கூட்டிக் காட்டினதாகவும். மிகுந்த மரியாதை செய்ததாகவும் அதற்கு நன்றியறிதலாய் அம்மையார். கோவிற் புத்தகத்தில், தம்மை மிக்க மரியாதையாக கோயிலுக்குள் அழைத்துச்சென்று பல இடங்களையும், நகைகளையும், பொக்கிஷங்களையும் காட்டின ஸ்ரீமான் குப்புசாமி ஐயர் முதலியோருக்கு நன்றி செலுத்துகிறேன் என்று எழுதி நற்சாட்சிப் பத்திரமும் கொடுத்து விட்டுப் போனார்களாம். இதை நாம் ஆட்ஷேபிக்கவில்லை. ஆனாலும், அந்த அம்மையார் எவ்வளவு பெரிய அந்தஸ்து உடையவரானாலும், அந்நிய நாட்டார், அந்நிய மதஸ்தர் நமது மதத்தையும் சாமிகளையும் பார்த்து பரிகாசம் பண்ணுகிறவர்கள், நமது மதத்துக்கு விரோதமாய் பிரகாசம் செய்து நம்மவர்களை தங்கள் மதத்துக்குச் சேர்க்கிறதை ஆதரிப்பவர்கள், நம்மை அஞ்ஞானிகளென்று சொல்லுகிறவர்கள் நம்மை அடக்கியாண்டு நமது இரத்தத்தை உறிஞ்சி வாழும் ஜாதியைச் சேர்ந்தவர்கள் என்பதை யாரும் மறுக்க முடியாது. அப்படியிருக்க, இப்படிப்பட்ட ஒருவரை நாம் நமது கோவிலுக்குள் மரியாதை விருதுகளுடன்

கூட்டிக் கொண்டு போய்க் காட்டி நற்சாட்சிப் பத்திரம் பெறுகிறோம் (குடிஅரசு 17-07-1926).

இச்செய்தியுடன் பெரியார் தம் கட்டுரையை முடித்துவிடவில்லை. இச்செய்தியை அடுத்து, தமிழ்நாட்டில் கோவில் நுழைவு மறுக்கப்பட்டிருந்த நாடார் சமூகத்தை நினைவு கூர்கிறார். மீனாட்சி அம்மன் கோவிலுக்குள் ஆளுநரின் மனைவியை அனுமதிப்பவர்கள், நாடார்களை அனுமதிக்க மறுப்பது குறித்துப் பின்வரும் வினாக்களை எழுப்புகிறார்:

> அதே கோவிலுக்குள் நமது நாட்டார், நமது மதஸ்தர், நமது தெய்வத்திலும் மதத்திலும் நம்பிக்கைக் கொண்டு கண்டு தரிசிக்க ஆசைப் படுகிறவர்கள் – நமது நாட்டின் க்ஷேமத்தையும், மதத்தின் க்ஷேமத்தையும் சதாகாலமும் கோருகிறவர்கள்... நீ கோயிலுக்குள் பிரவேசிக்கக் கூடாது: நீ தாழ்ந்த ஜாதி என்று உதைத்துத் தள்ளினாலும், உங்கள் மதத்தை விட்டு வேறு மதத்திற்குப் போகேன். உங்கள் – சுவாமியை விட்டு வேறு சவாமியைக் கும்பிடேன் என்று சொல்லிக் கொண்டு – நம்மை விட்டுப் போகாமல் நம்மையே வந்து கெஞ்சுகிறவர்கள் – நமது நாட்டின் ஷேமத்துக்கு உழைக்கிறவர்கள் ஆகிய ஒரு பெரிய சமூகத்தாரான நமது நாடார் சகோதர்களை மாத்திரம். அதே மீனாட்சியம்மனுக்கு உன்னுடைய பணம் உதவும்: உன்னுடைய பால் உதவும். உன் பேரால் கட்டளை அர்ச்சனை செய்து பணம் வாங்கிப் பிழைக்கலாம்: உன் வீட்டுக்குச் சமீபத்தில் மீனாட்சி வந்து நின்று கொண்டு தீபார்த்தனை செய்யலாம். உன் மண்டபத்திற்கு மீனாட்சி வந்து மண்டபக் கட்டளை செய்து கொள்ளலாம். ஆனால் நீ கோவிலுக்கும் – கோவில் வெளிச்சுற்றுப் பிரகாரத்துக்குள் கூட நுழையக் கூடாது: நீ நுழைந்தால் எங்கள் சுவாமிக்குச் சக்தி குறைந்துபோகும், கோவில் கெட்டுப் போகும், இந்து மதம் போய்விடும், வேதத்திற்கும் சாஸ்திரங்களுக்கும் விரோதமாய் விடும் என்று சொல்லுவோமானால் நாமும் மனிதர்கள் தானா? தெய்வம் ஒன்றிருக்குமானால், சத்தியம் ஒன்றிருக்கு மானால், தர்மம் ஒன்றிருக்குமானால் நம்மை அவைகள் வாழ விடுமா? நமது நாடார்கள் கோவிலுக்குள்

போவதானால் இந்து மதம் கெட்டுப் போகுமானால், அதுவும் ஒரு மதமாகுமா? அம் மாதிரியான மதம் நமக்கு எதற்கு? நமது சகோதரர்களான நாடார்கள் கோவிலுக்குள் போவதானால் நமது சுவாமியின் சக்தி குறைந்து போகுமென்று சொல்லுவோமேயானால், அம்மாதிரியான சுவாமியும் சுவாமியாகுமா? தன்னைக் கும்பிடாதவர்களும் பரிகசிக்கிறவர்களும் கோவிலுக்குள் வருவதனால் தன்னைக் கும்பிடுவதனால் தன் சக்தி குறைந்து போகுமென்பதானால், அம் மாதிரியான சுவாமியைக் கும்பிடுவதில் என்ன பிரயோஜனம்? வேதங்களும் சாஸ்திரங்களும் நாடார் சகோதரர்கள் கோவிலுக்குள் போய் தங்கள் தெய்வங்களை வணங்குவதற்கு அநுமதிக்கவில்லையென்று சொன்னால், அவைகளை நாம் வேதமென்றும், சாஸ்திரமென்றும் சொல்லலாமா? *(குடி அரசு 17-071926).*

கடவுள் நம்பிக்கையற்ற பெரியார், தாம் செல்லவிரும்பாத கோவிலுக்குள் யார் நுழைந்தால் என்ன? நுழையாவிட்டால் என்ன? என்று வாளாயிருக்கவில்லை. கோவில் என்ற பொது வெளிக்குள் இறை நம்பிக்கையுடையோர் அனைவரும் சென்று வழிபட உரிமை வேண்டும் என்ற கருத்தை அவர் வலியுறுத்துகிறார்.

அனைத்துச் சாதியினரும் கோவிலினுள் சென்று வழிபடும் உரிமையைப் பெறவேண்டும் என்பதில் பெரியார் பெரிதும் ஆர்வம் காட்டி வந்துள்ளார். அவரது ஆர்வம் அவரது குடி அரசு இதழில் பதிவாகியுள்ளது. தஞ்சை மாவட்டம் வரகூர் என்ற கிராமத்தில் உள்ள வெங்கடேசப் பெருமாள் கோயிலில் பார்ப்பன ரல்லதார் சென்று வழிபடும் உரிமை இல்லா திருந்தது. இது தொடர்பாக சென்னை உயர்நீதிமன்றத்தில் வழக்கு நடந்தது. பார்ப்பனர் அல்லாதாருக்கு கோவிலினுள் சென்று வழிபடும் உரிமை இல்லை என்றே 1932ஆம் ஆண்டில் தீர்ப்பு வந்தது.

'இத்தீர்ப்பை பற்றி நமக்கு ஒரு கவலையுமில்லை' என்று குடி அரசு இதழின் துணைத் தலையங்கத்தில் எழுதும் பெரியார், பின்வரும் அறிவுரையை முன் வைக்கிறார்:

'...உண்மையில் பார்ப்பனர்களின் சுயநலத்தையும் அகங்காரத்தையும் ஒழிக்க வேண்டுமானால் முதலில் செய்யவேண்டியது கோயில்களைப் பகிஷ்கரிக்க வேண்டிய வேலையேயாகும். தங்களுக்கு உரிமை இல்லாத கோயில் சம்பந்தமான எந்த வேலைகளையும் செய்ய மறுத்து அவைகளைப் பார்ப்பனர்களே செய்து கொள்ளும்படி விட்டுவிட வேண்டும் (குடி அரசு 10-04-1932)

கோயில்களைப் புறக்கணிக்க வேண்டும் என்று கூறினாலும் கோவில் நுழைவு அனுமதியை சில சாதியினர் பெறும்போது வரவேற்கவே செய்துள்ளார்.

திருச்செந்தூரில் வாழ்ந்துவந்த வாணியர் என்ற வகுப்பினருக்கு, அங்குள்ள சுப்பிரமணிய சுவாமி கோவிலின் வெளிப் பிரகாரத்தில் கூட நடமாடும் உரிமை இல்லாதிருந்தது. இதை எதிர்த்து 1877 ஆம் ஆண்டில் வழக்கு நடந்து, அவர்களுக்குக் கோவில் நுழைவு உரிமை இல்லை என்று தீர்ப்பாயிற்று.

பின்னர் 20 ஆம் நூற்றாண்டின் முப்பதுகளில் கோவில் நுழைவு உரிமை வேண்டி மீண்டும் வழக்குத் தொடுத்தனர். வழக்கை விசாரித்த கீழ்நீதி மன்றம், கோவில் நுழைவை அனுமதித்து வாணியர்களுக்கு ஆதரவாகத் தீர்ப்பு வழங்கியது. இத்தீர்ப்பை எதிர்த்து, கோவில் தரப்பினர் உயர்நீதிமன்றத்தில் மேல் முறையீடு செய்தனர். 1877இல் வழங்கப்பட்ட தீர்ப்பின் அடிப்படையில் கோவில் நுழைவைத் தடைசெய்து உயர்நீதிமன்றம் தீர்ப்பளித்தது.

இதை எதிர்த்து வாணிய சமூகத்தினர் இலண்டனில் உள்ள பிரிவுக்கவுன்சிலில் மேல் முறையீடு செய்தனர். இவ்வழக்கை மீண்டும் விசாரித்து, தீர்ப்பு வழங்கும்படி பிரிவுக்கவுன்சில் உயர்நீதிமன்றத்தைப் பணித்தது. இதன்படி வழக்கை மீண்டும் விசாரித்த உயர்நீதிமன்றம் வாணியர்கள், கோவிலில் நுழைந்து வழிபடும் உரிமையை வழங்கியது. இச்செய்தியை விரிவாகக் குறிப்பிட்டு விட்டுப் பின்வரும் குறிப்பை பெரியார் எழுதியுள்ளார்:

பிரிட்டிஷ் ஆட்சி நம்நாட்டில் இல்லாமல் பார்ப்பனர் களுடைய வருணாச்சிரம தர்ம சுயராஜ்ய ஆட்சி இருந்திருக்குமானால் இத்தகைய தீர்ப்பு ஏற்பட்டிருக்க

முடியுமா? இத்தகைய வழக்கு தொடர்ந்ததையே அதிகப் பிரசங்கித் தனமானதென்று கருதி அதற்காக வாதிகளுக்கு கடுந்தண்டனை கொடுத்திருப்பார்கள் என்பதில் என்ன சந்தேகம் (குடி அரசு: 24–03–1935)

கோவிலின் தூய்மையைப் பேணுவது குறித்தும் கட்டுரையொன்றைப் பெரியார் எழுதியுள்ளார் திருநெல்வேலிக்கு வருகைதந்த லோககுரு சங்கராச்சாரியார் தம்பரிவாரங்களுடன் திருநெல்வேலி நெல்லையப்பர் கோவிலில் தங்கினார். அப்போது அவரது பயன்பாட்டிற்காகக் கோவில் வளாகத்தினுள் கழிப்பறை ஒன்றைக் கட்ட முயன்றார்கள். இதை எதிர்த்து, துண்டு விளம்பரங்களை அச்சிட்டும், அறங்காவலர்களுக்கு அறிவிக்கை அனுப்பியும், அறப்போராடம் நடத்தப்போவதாகக் கூறியும், கோவில் வளாகத்தினுள் கழிப்பறை கட்டும் முயற்சியைப் பக்தர்கள் தடுத்து நிறுத்தி விட்டனர் (குடி அரசு 5–12–1926).

இந்நிகழ்வுக்கு முன்னர், திருநெல்வேலி மாவட்டத்திலுள்ள சங்கரன்கோவில் நகரில் உள்ள சங்கரநாராயணர் கோவிலுக்கு சங்கராச் சாரியார் சென்றுள்ளார். அங்கு நிகழ்ந்த நிகழ்வுகளை

> சுவாமிகளின் திருக்கக்கூசும் அக்கோயிலுள்ளாகவே கட்டப்பட்டு சுவாமிகளின் திருமலமும் கோவிலிலேயே சமர்ப்பிக்கப்பட்டுவிட்டது.... அதோடு மாத்திரமில்லாமல் சுவாமிகள் சங்கர நாராயண சுவாமியை திருக்கண் பார்ப்பதாயிருந்தாலும் திரு மிதியடியைத் தாங்கிய திருப்பாதத்துடனே தான் மூலஸ்தானத்திற்குப் போய்த் திருக்கண் பார்த்தருளினாராம் (குடி அரசு 5–12–1926).

என்று எள்ளல் தன்மையுடன் பதிவு செய்துள்ளார். கோவிலில் வழிபாடுகள் நிகழ்த்தும் உரிமை சாதி அடிப்படையில் பிராமணர்களுக்கு மட்டுமே இருப்பதை எதிர்த்த பெரியார், பண்டாரங்கள் என்றழைக்கப்டும் யோகீஸ்வரர் சமூகத்தினர்பால் ஆதரவு காட்டியுள்ளார்.

1926 ஆம் ஆண்டு சனவரி, 24, 25 நாட்களில் ஈரோடு அருகில் உள்ள கொடுமுடியில் இச்சமூகத்தினரின் மாநாடு நடக்க இருக்கும் செய்தியை, இம்மாநாட்டின் வரவேற்புக் கமிட்டியார் குடி அரசு இதழுக்கு அறிவிக்கை வடிவில்

அனுப்பியுள்ளனர். இதை அப்படியே குடி அரசு இதழில் வெளியிட்ட பெரியார், 'நமது குறிப்பு' என்ற தலைப்பில் பின்வரும் குறிப்பை எழுதியுள்ளார்:

> நமது தாலூக்காவில் உள்ள சைவப் பண்டாரங்களில் முக்கிய கூட்ட மிது வாகையால், இத்தாலுக்கா வேளான் சமூகத்தார் அனைவரும் விஜயம் செய்து அவர்கள் முன்னேற்றத் துக்கான காரியங்களை அறிவுறுத்தி அச் சமூகம் முன்னேற்றமடைய உதவி செய்ய வேண்டியது முக்கியமான கடமை. ஏனெனில், அவர்கள்தான் பெரும்பாலும் நமது கிராம தேவதைகள் முதலிய கோவில்களில் பூஜை செய்பவர்களாகவும் தவசிப்பிள்ளைகளாகவும் புஷ்பம் தொடுப்பவர்களாகவுமிருப்பதால் அவசியம் அவர்கள் முன்னேற்றத்தையும் ஒழுக்க வழக்கங்களையும் சீர்திருத்தம் செய்ய வேண்டியது குடிமக்கள் கடமையாகும் (பத்திராதிபர்) (குடி அரசு–10.01.1926)

சைவம், வைணவம் சார்ந்த நிறுவன சமயக் கோவில்களையும், நாட்டார் தெய்வக் கோவில்களையும் பாகுபடுத்திப் பார்க்கும் பார்வை பெரியாரிடம் இருந்தமையை இக்குறிப்பு உணர்த்துகிறது.

சைவம், வைணவம் என்ற இரு சமயங்களைச் சார்ந்த நிறுவன சமயக் கோவில்களை வழிபடுவோரில் பிராமணர் அல்லாதாரே எண்ணிக்கை அளவில் அதிகம். ஆயினும் வழிபாட்டு மொழியாக வடமொழியே உள்ளது. தமிழ்ச் சைவத்திலும் வைணவத்திலும் முறையே, தேவாரம், நாலாயிர திவ்விய பிரபந்தம் என்ற பெயரில் பக்திப் பனுவல்கள் உள்ளன. இவை பாடப்படுவதை விரும்பாது வடமொழி வேதம் ஓதுவதற்கே முக்கியத்துவம் தருவது வெளிப் படையான உண்மை.

1926 ஆம் ஆண்டில் தென்காசி சிவன் கோவிலில் தேவாரபாராயணம் தொடர்பாக நிகழ்ந்த நிகழ்வு ஒன்றைப் பெரியார் சிறு கட்டுரையாக எழுதியுள்ளார். அது வருமாறு:

> தென்காசி சிவன் கோவிலில் பார்ப்பனர்களின் வேத பாராயணத்தைப் போலவே தமிழ் மக்களின் தேவாரப் பாராயணமும் செய்யப்பட வேண்டும் என்பதாகக் கருதி தேவாரப் பாராயணம் ஆன பிறகு பிரசாதம்

கொடுக்கப்பட வேண்டும் என்று தேவஸ்தான போர்டாரும் கமிட்டியாரும் தர்மகர்த்தாக்களும் உத்திரவு போட்டதினால் அப்பேர்ப்பட்ட சுவாமி தெரிசனமும் பிரசாதமும் தங்களுக்கு வேண்டியதில்லை என்று சொல்லி அதோடு ஒத்துழையாமையும் பஹிஷ்காரமும் செய்து அவ்வூர் பார்ப்பனர்கள் எல்லாம் ஒன்று கூடி பார்ப்பன ஸ்திரிகள், புருஷர்கள், குழந்தை குட்டிகள் சகிதம் யாரும் அக் கோவிலுக்குப் போகக் கூடாது என்றும், சுவாமியை தரிசிக்கக் கூடாதென்றும் பரிசாரகம் முதலிய வேலையைச் செய்யக் கூடாது என்றும், சுவாமி தங்கள் வீதிக்கு எழுந்தருளி வந்தாலும் ஒவ்வொரு பார்ப்பனரும் வீதி தெருக் கதவை அடைத்துக் கொள்ள வேண்டும் என்றும் தீர்மானம் செய்து கொண்டு அந்தப்படி அமுலிலும் நடத்தி வருகிறார்கள் என்கிற விபரம் அறிய மிகவும் சந்தோஷமடைகிறோம். ஏனெனில் பார்ப்பனர்கள் பஹிஷ்காரம் செய்த வேலைகளை ஆதி சைவ குருக்கள் பட்டமார்களைக் கொண்டு கோவிலதிகாரிகள் வேலை வாங்கி வருகிறார்கள். இதுபோலவே மற்ற ஊர்களிலும் உள்ள பார்ப்பனர்களும் மற்ற கோவில்களோடும் சுவாமிகளோடும் ஒத்துழையாமையும் பஹிஷ்காரமும் செய்து விடுவார்களேயானால் தமது தெய்வங்களைப் பிடித்த சனியனும் தமது மதங்களைப் பிடித்த கிரகங்களும் அடியோடு ஒழித்து போக்கியமானதும் உண்மையானதுமாக விளங்கும் (குடி அரசு– 12.12.1926).

அன்றைய இராமனாதபுரம் மாவட்டம் 'தேவஸ்தான கமிட்டி ஆலோசனை போர்டு' என்ற அமைப்பில் விருதுநகர், நகரைச் சேர்ந்த வி.வி.ராமசாமி நாடார் தலைவராகத் தேர்வு செய்யப்பட்டமையை வரவேற்று 19:06–1932 குடி அரசு இதழில் துணைத்தலையங்கம் எழுதியுள்ளார். 'வைதீக உலகத்திற்கு இதுவோர் நல்லபாடமாகும்' என்று அதில் கூறியுள்ளார்.

இச்செய்திகளையெல்லாம் தொகுத்துப் பார்க்கும் போது, கடவுள் மறுப்பாளரான பெரியார் தமக்கு ஒவ்வாத இடமாகக் கோவிலைப் பார்க்கவில்லை என்பது தெளிவா கிறது. அதை ஒரு பொதுவெளியாகவே அவர் பார்த்துள்ளார். கோவில் என்ற பொதுவெளியில், சாதியின் பெயரால்

நுழைவு மறுக்கப் படுவதை அவர் எதிர்த்துள்ளார். நுழைவு மறுக்கப்பட்டவர்களுக்காகக் குரல் கொடுத்துள்ளார். ஆயினும் கோவில் நுழைவு உரிமையானது மிகப்பெரிய சமூக மாறுதல்களை ஏற்படுத்தி விடும் என்று நம்பியவரல்லர்.

கோவிலின் வழிபாட்டுரிமையுடன் மட்டுமின்றி, வழிபாடு நிகழ்த்துவிக்கும் உரிமை குறித்தும் வழிபாட்டில் பயன்படுத்தும் மொழி குறித்தும் அவர் அக்கரைகாட்டியுள்ளார். தான் இறைமறுப்பாளாராக இருந்தாலும் கோவிலினுள் மேட்டிமையோரின் ஆதிக்கப் பண்பாடு நிலவுவதை எதிர்த்துள்ளார். சமத்துவம் வேண்டிக் குரல் கொடுத்துள்ளார். அவர் எழுப்பிய குரல் இன்றும் கூட வழிகாட்டியாக அமையும் தன்மையது.

காக்கைச் சிறகினிலே, ஜூலை 2018

மறைமலையடிகளும் பெரியாரும்

சென்ற நூற்றாண்டுத் தமிழகத்தில் வாழ்ந்து மறைந்தவர் தமிழ் அறிஞர் மறைமலையடிகள் (1876–1950). வேதாசலம் என்ற வடமொழிப் பெயரைத் தாங்கியிருந்த இவர் தனித்தமிழ்ப் பற்றின் அடிப்படையில் தம் பெயரை மறைமலையடிகள் என்று மாற்றிக் கொண்டார்.

சைவம், தமிழ் என்ற இரண்டின் மீதும் மட்டுமீறிய பற்றுக்கொண்டவர். இவர் வாழ்ந்த காலத்தில் சைவம், தமிழ் என்ற இரண்டிலும் சைவ வேளாளர்கள் முகாமையானவர்களாக இருந்து வந்தனர். இதன் அடிப்படையில் இந்த வட்டத்திற்குள், வேளாளச் சார்புடையோரும் வேளாள எதிர்ப்பாளர்களும் இவரையும் அடக்குவதுண்டு. ஆனால் உண்மையில் இவர் இந்த வட்டத்திற்குள் அடங்காதவர்.

இவரது தந்தை சைவ வேளாளர் அல்லர். தஞ்சை மாவட்டத்தின் சோழிய வெள்ளாளர் சாதியைச் சேர்ந்தவர். இவரது தாய் சேனைத் தலைவர் சாதியைச் சேர்ந்தவர். தம் ஆன்மீக வழிகாட்டியாக இவர் ஏற்றுக்கொண்டிருந்த சோமசுந்தர் நாயகர் வன்னியர் சாதியைச் சேர்ந்தவர்.

இவையெல்லாம் இவரை சைவ வேளாள வட்டத்திற்குள் அடக்கத் தடையாக இருந்தன. எனினும் இவர் மேற்கொண்ட மண உறவுகள் இவருக்கு சைவவேளாளர் அடையாளத்தை வழங்கிவிட்டன.

ஆனால், கருத்து நிலையில் வேளாளரியச் சார்பு நிலைக்கு வெளியில்தான் இவர் இயங்கினார். வடமொழி வருண விதிப்படி

ஆ. சிவசுப்பிரமணியன் ❖ 31

நான்கு வருணங்களுள் ஒன்றான சூத்திரர் என்ற பிரிவுக்குள்தான் வேளாளர் அடங்குவர். இதை ஏற்கவும் முடியாது மறுக்கவும் இயலாத நிலையில் யாழ்ப்பாணத்து வேளாளரான ஆறுமுக நாவலர் சூத்திரர்களுள் உயரிய சூத்திரராக (!) வேளாளரை அடையாளப்படுத்தும் முகத்தான் 'சத் சூத்திரர்' என்று நாமம் இட்டார். ஆனால் மறைமலையடிகள் சூத்திரர் என்ற அடையாளத்தை ஏற்றுக்கொள்ளாது தொல்காப்பியர் வழிநின்று வேளாளர் என்ற அடையாளத்தை ஏற்றுக்கொண்டார். வேளாளர் என்ற அவரது வரையறை தீண்டாமைக்கு ஆட்பட்டோரையும் உட்படுத்திக் கொண்ட ஒன்றாகும். புலால் உண்ணாதார் என்ற பொது அடையாளத்துக்குள் வேளாளரை அடக்கிய அவர், புலால் உண்டு வந்தவர்கள் அதைக் கைவிடின் வேளாளர் வட்டத்திற்குள் அடங்கலாம் என்றார்.

தமிழர்களின் சமயம் சைவம் என்று வலியுறுத்தி வந்தார். தீண்டாமையைக் கடைப்பிடித்தமையாலேயே கிறித்தவ மதமாற்றம் நிகழ்ந்தது என்று கூறி, தீண்டாமைக் கருத்தியலைக் கைவிடும்படி வலியுறுத்தினார். மொத்தத்தில் சாதிவேறுபாடு, தீண்டாமை என்ற இரண்டையும் ஏற்றுக்கொள்ளாத சைவராக அவர் இருந்தார். சாதி வேறுபாடு காட்டும் சைவரை 'போலிச் சைவர்' என்றழைத்தார்.

வடமொழி வேதங்கள், பார்ப்பன மேலாண்மை என்பனவற்றை ஏற்க மறுத்தார். வடமொழிச் சொற்களைத் தவிர்த்து தூய தமிழ்ச் சொற்களைப் பயன்படுத்தும்படி வலியுறுத்தி வந்தார். அவர் கற்றறிந்த வடமொழியறிவு இதில் துணைநின்றது. அவரது ஆங்கில மொழியறிவு நவீனச் சிந்தனைகளை அறிய உதவியது.

சுயமரியாதை இயக்கம்

1926-இல் பெரியார் சுயமரியாதை இயக்கத்தைத் தோற்றுவித்தார். வேதாந்தம், வைணவம், இராமாயணம், பாரதம், வேதம், வேதம் சார்ந்த சமயச் சட்டங்கள் என்பனவற்றை சுயமரியாதை இயக்கம் கடுமையாக எதிர்த்தது. இவ் எதிர்ப்புணர்வை மக்களிடம் பரப்பியது.

இவையெல்லாம் மறைமலையடிகள் போன்ற சைவ சமயச் சிந்தனைப் போக்குடைய சைவர்களுக்கு உகப்பாய் இருந்தது. ஆனால் இது நீண்டகாலம் நீடிக்கவில்லை.

சைவம் சார்ந்த புராணங்களுக்கு எதிரான விமர்சனங்கள்

1927–ஆம் ஆண்டு தொடங்கி சைவம் சார்ந்த புராணங்களுக்கு எதிரான விமர்சனங்கள் 'குடிஅரசு' இதழில் வெளிவரத் தொடங்கின. வடமொழிப் புராணங்களையும் காப்பியங்களையும் விமர்சித்து கட்டுரைகள் வெளிவந்தபோது அதை வரவேற்று மகிழ்ச்சி தெரிவித்து வந்த சைவர்களில் சிலர், சைவத்துக்கு எதிரான விமர்சனங்கள் வெளிவந்தபோது அதிர்ச்சியடைந்ததுடன் ஆத்திரமும் கொண்டனர். எதிரிக்கு எதிரி நண்பன் என்பது போல் பெரியாரது சுயமரியாதை இயக்கத்தை நட்புணர்வுடன் பார்த்தவர்கள் இப்போது பகை உணர்வுடன் பார்க்கலாயினர். இவர்களுள் ஒருவராக மறைமலையடிகளும் மாறினார். சுயமரியாதை இயக்கத்தின் மீதான அவரது சினம் **சுத்த சைவ ரத்த ஓட்டம் உடையவர்கள் இன்னமும் இவர்களைக்கொல்லாமல் இருக்கலாமா?** என்று பொதுமேடையில் பேசும் அளவுக்கு வெளிப்பட்டது ('குடிஅரசு' *29.07.1928*). 'பல்லாவரத்துப் பண்டிதர்' என்ற தலைப்பில் 'குடிஅரசு' இதழில் எழுதிய தலையங்கத்தில் பெரியார் இச்செய்தியைக் குறிப்பிட்டுள்ளார். இக்கூட்டத்தில் கலந்து கொண்ட தண்டபாணி பிள்ளை, ராமநாதன், கண்ணப்பர் ஆகியோர் மறைமலையடிகளிடம் சில கேள்விகளை எழுப்பினர். இக்கேள்விகளுக்கு விடையளிக்க முடியாமல் மறைமலையடிகள் திக்குமுக்காடி கண்ணீர்விட்டதாக இத்தலையங்கத்தில் பெரியார் குறிப்பிட்டுள்ளார்.

சீர்திருத்தவாதிகளின் உழைப்பு பலன் தராததற்குக் காரணம்

இதையடுத்து 'திரு.வேதாசலம்' என்ற தலைப்பிட்டு *02.09.1928* 'குடிஅரசு' இதழில் தலையங்கம் ஒன்றைப் பெரியார் விரிவாக எழுதியுள்ளார். மறைமலையடிகள் மீது பெரியார் கொண்டிருந்த மதிப்புணர்வை இத்தலையங்கம் வெளிப்படுத்துகிறது. அதே போழ்து, தம் கொள்கையில் எந்த அளவுக்குப் பெரியார் உறுதியாக இருந்துள்ளார் என்பதையும் இத்தலையங்கம் வெளிப்படுத்துகிறது. சான்றாகப் பின்வரும் பகுதிகளைக் குறிப்பிடலாம்.

மற்றப்படி அபிப்பிராய பேதத்தைப் பற்றிய விஷயத்தில் அவர் எவ்வளவு இணங்கி வருவதாயினும் நாம் நமது கொள்கையிலோ அபிப்பிராயத்திலோ ஒரு சிறிதளவுகூட விட்டுக்கொடுக்கவோ திரு வேதாசலத்தினுடையவோ அல்லது வேறு யாருடையவோ நட்பைக் கருதியானாலும் கடுகளவு மாற்றிக் கொள்ளவோ நாம் சிறிதும் தயாராயில்லை. ஏனெனில் ஆயிரக்கணக்கான வருஷங்களாய் நமது நாட்டில் தோன்றிய சீர்திருத்தக்காரர்களின் உழைப்புகள் பலன் தராததற்கு காரணமே இவ்விட்டுக் கொடுக்கும் தன்மையும் தாட்சண்ணியமும் ராஜதந்திரச் செய்கையும்தான் என்பது நமதுமுடிவு.

முடிவாக, திரு. வேதாசலம் அவர்களுக்கும் அவரது குழாத்தினர்களுக்கும் ஒன்று சொல்லுகின்றோம். அதாவது, நாமும் நமது இயக்கமும் புராணங்களுக்கும் அப்புராணங்களில் காணப்படும் சமயங்களுக்கும் அச்சமயத்தில் காணப்படும் சமய ஆச்சாரிகளுக்கும் அச்சமய ஆச்சாரிகளால் காணப்படும் சாமிகளுக்கும் அச்சாமிகளது பெண்டு பிள்ளைகளுக்கும் வெளிப்படையாக விரோதிகள்தான். இதில் ஒளிமறைவு ஒன்றும் இல்லை என்பதோடு, 'இதற்கு அப்படி அருத்தம்.' 'அதற்கு இப்படி அருத்தம்' என்கின்ற பண்டிதப் புரட்டுகள் ஒன்றும் இனிகூடாது என்றும் கண்டிப்பாய்ச் சொல்லுகின்றோம்.

இப்படித் தன் நிலையை உறுதிபட வெளிப்படுத்திய பெரியார் இதன் தொடர்ச்சி போன்று சைவ சமயம் என்ற தலைப்பில் 07.10.1928 'குடி அரசு' இதழில் விரிவான தலையங்கம் ஒன்றை எழுதியுள்ளார். அதைப் படிக்கும் போது சுயமரியாதை இயக்கத்தை ஒழிக்க வேண்டுமென்று சைவர்கள் பரப்புரை செய்து வந்தமை வெளிப்படுகிறது. அதே நேரத்தில் சுயமரியாதை இயக்கத்துடன் சைவர்கள் தொடக்கத்தில் கொண்டிருந்த நட்புறவையும் பெரியார் பின்வருமாறு சுட்டிக்காட்டி உள்ளார்:

சைவர்களின் ஆதிக்கமும் - எதிர்ப்பும்

இச்சைவ சமயத்தார்கள் என்பவர்கள் சுயமரியாதை இயக்கம் பார்ப்பனியத்தையும், பார்ப்பனர்களையும் கண்டிக்கும் பொழுதும் வைணவ சமயத்தையும்

வைணவர்களையும் கண்டிக்கும்பொழுதும் ஆனந்தக் கூத்தாடிக் கொண்டு நம்மீதும் 'சுயமரியாதை' இயக்கத்தின் மீதும் புகழ் புராணமும் கவியும் பாடிக் கொண்டிருந்தார்கள்.

அதாவது, பார்ப்பன ஆதிக்கத்தை கண்டித்து சங்கராச்சாரியாரை தாக்கி வரும்போது நமக்கு உதவியும் செய்தார்கள். பிறகு வைணவப் புராணங்களின் வண்டவாளங்களை வெளியாக்கும் போது நமக்கு உதவி செய்து வந்தார்கள். இதுமாத்திரமல்லாமல் இந்துமதம் என்பதாக ஒரு மதம் இல்லையென்றும் இந்து மதம் என்று சொல்லப்படுவது பார்ப்பனாதிக்கக் கொள்கைகள் கொண்டது என்றும் சொல்லும்போதும் அதை ஆதரித்து அதற்கு வேண்டிய ஆதாரங்கள் உதவி வந்தார்கள். கடைசியாக, சைவ மதப் புராணங்கள் என்பவைகளின் முறையில் அவற்றின் யோக்கியதைகள் வெளியாக்க நேரிட்டபோது மாத்திரம் சுயமரியாதை இயக்கம் சமயங்களுக்கு ஆபத்தை விளைவிக்கின்றது, மோட்சத்திற்குத் தடையாய் இருக்கின்றது என்று சொல்ல வந்துவிட்டார்கள். எனவே சைவமதம் என்றால் என்ன? அது பார்ப்பன மதமல்லாமல் வேறு தனி மதம் என்றோ அல்லது தமிழ் மக்கள் மதம் என்றோ யாராவது சொல்ல முடியுமா? என்பதை முதலில் கவனிக்க விரும்புகிறோம்.

இதன் தொடர்ச்சியாக சைவர்களிடம் இடம்பெற்றுள்ள புரோகித முறை ஒன்றையும் வெகுநுட்பமாகச் சாடியுள்ளார் பெரியார். சைவர்கள் தம் வீட்டில் நிகழும் மங்கல அமங்கலச் சடங்குகளில் பார்ப்பனக் குருக்களின் பணியைப் பயன்படுத்துவதில்லை. குருக்களையா (குருக்கள் அய்யா) என்றும் ஆதிசைவர்கள் என்றும் குறிப்பிடப்படும், பிராமணர் அல்லாத குருக்களின் பணியையே பெறுவது வழக்கம். மேலெழுந்தவாறு பார்க்கும்போது பார்ப்பனிய எதிர்ப்பின் வெளிப்பாடாக இது தோன்றும்.

மறைமலை அடிகள் மகள் திருமணம்

மறைமலையடிகள் மகள் நீலாம்பிகைக்கும் சைவ சித்தாந்த நூற்பதிப்புக் கழகம் என்ற பெயரிலான நூல்வெளியீட்டு

நிறுவனத்தின் நிறுவனர்களில் ஒருவரான திருஅரங்கம் பிள்ளைக்கும் ஆதிசைவக் குருக்கள் ஒருவரின் பங்களிப்புடன் திருமணம் நிகழ்ந்தது. இது குறித்து 'நீலாம்பிகை திருமணம்' என்ற தலைப்பில் 2.10.1927 'குடிஅரசு' இதழில் தலையங்கம் ஒன்றை பெரியார் எழுதியுள்ளார். இதைப்படிக்கும் போது, வெறும் புரோகித எதிர்ப்பை மட்டும் பெரியார் வெளிப்படுத்தவில்லை என்ற உண்மை வெளிப்படுகிறது. அத்தலையங்கத்தில் இருந்து ஒரு சிறுபகுதி வருமாறு:

> இப்போது நமது மனிதத் தன்மை பிரச்சாரத்தில் முக்கியமானதெல்லாம், எவன் தன்னை உயர்ந்தவன் என்று எண்ணிக் கொண்டிருக்கிறானோ அவனை நமது சமூகச் சடங்குகளை நடத்து விப்பதற்கு ஏற்றுக்கொள்ளக் கூடாதென்பதுதானே ஒழிய பார்ப்பனர் மாத்திரம் கூடாது என்பதல்ல.

இவ்வாறு குறிப்பிடும் பெரியார் சடங்கு செய்பவர்களுக்கும் செய்வித்துக் கொள்பவர்களுக்கும் எவ்வித வித்தியாசமும் இல்லை என்பதாய் இருவரும் ஒப்புக்கொண்டதாய் இருக்க வேண்டும் என்று கூறுவதுடன் 'திருச்செல்வி நீலாம்பிகை திருமணச் சடங்கைப் பின்பற்றக் கூடாதென்பதையும் பணிவாகத் தெரிவித்துக் கொள்கிறோம்' என்ற அறிவுரையையும் தலையங்கத்தின் இறுதியில் கூறியுள்ளார்.

ஆதரவுக் குரல்

மறைமலை அடிகளின் கருத்துகளுடன் பெரியார் முரண்பட்டாலும் அவரைப் புறந்தள்ளி வைக்கவில்லை. அவரது கருத்துகளுக்கு எதிராகப் பழமைவாதிகள் தாக்குதல் தொடுத்தபோது, பெரியார் அவருக்கு ஆதரவாகக் குரல் கொடுத்துள்ளார்.

1931–ஆவது ஆண்டில் தமது கட்டுரைகளின் தொகுப்பான 'அறிவுரைக் கொத்து' என்ற நூலை மறைமலையடிகள் வெளியிட்டார். 1935–ஆவது ஆண்டில் சென்னைப் பல்கலைக்கழகத்தின் இண்டர்மீடியட் வகுப்பிற்கு அது பாடநூலாகத் தேர்வு செய்யப்பட்டது. இந்நூலில் இடம்பெற்றிருந்த 'தமிழ்நாட்டவரும் மேல்நாட்டவரும்' என்ற கட்டுரையில் நாட்டார் கடவுளர்

எதிர்ப்பு, 'விலங்கு உயிர்ப்பலி எதிர்ப்பு' வழிபாட்டு மொழியாக வடமொழி பயன்படுத்தப்படுவது தமிழ்வழி வழிபாடு மறுக்கப்படுவது குறித்த கருத்துகள், தீண்டாமை எதிர்ப்பு பிராமணிய எதிர்ப்பு தேசிய இயக்கம் குறித்த எதிர்மறையான மதிப்பீடு என்பன இடம் பெற்றிருந்தன.

இக்காரணங்களால் 'இந்து' 'சுதேசமித்திரன்' ஆகிய நாளேடுகள் இந்நூலைப் பாடநூலாக வைத்ததைக் கண்டித்து அதைப் பாடநூல் பட்டியலில் இருந்து நீக்கும்படி எழுதின. தேசிய இயக்கத்தினரும் பிராமண சமூக அறிவாளிகளும் இந்நூலுக்கு எதிராகக் குரல் எழுப்பினர். இச்சூழலில் இந்நூலை ஆதரித்து 'விடுதலை' நாளேட்டில் பெரியார் தலையங்கம் எழுதியதுடன், எதிர்ப்புக்குக் காரணமான கட்டுரையையும் வெளியிட்டார். பின்னர் இத்தலையங்கத்தையும், கட்டுரையையும் 'குடிஅரசு' இதழிலும் (18.08.1935) மறுவெளியீடு செய்தார். இத்தலையங்கத்தில்

> 'சிண்டிகேட்' என்ற சர்வகலாசாலை நிர்வாகக் கழகத்தார் அந்நூலைப் பற்றிய பிரச்சினையைப் பாடப்புத்தகமாக வைத்த கழகத்தின் யோசனைக்கு அனுப்பியுள்ளார்கள். சமூக சீர்திருத்தம் 'அறிவு வளர்ச்சி' மக்கள் முன்னேற்றம் முதலிய உன்னத எண்ணங்களைக் கொண்டு எழுதப்பட்ட 'அறிவுரைக் கொத்து' என்று நூலைப் பாடப் புத்தகமாக வைத்த பிறகு சுயநலக் கூட்டத்தாரிற் சிலரின் கிளர்ச்சிக்குப் பயந்து அதை விலக்குவார்களானால் அக்கழகத்தின் மேல் தமிழ் நாட்டார் வைத்துள்ள மதிப்பு மிகவும் குறையும் என்பதில் ஒரு சிறிதும் அய்யமில்லை.

என்று பல்கலைக்கழகத்தைக் கண்டித்துள்ளார்.

பெரியாரின் சிறப்பு

தம் சமகாலத் தமிழ் அறிஞரான மறைமலை அடிகளை விமர்சன நோக்குடன், பெரியார் அணுகி உள்ளார். அவருடைய கருத்துகளை மறுக்கும் போதும் மிகுந்த கண்ணியத்தை வெளிப்படுத்தி உள்ளார். இயக்கவாதி ஒருவரிடம் இருக்கவேண்டிய கருத்துகளை ஏற்றல் மறுத்தல் இணைத்தல் என்ற நிலைப்பாட்டில் நின்று மறைமலையடிகளை நோக்கி உள்ளார்.

துணைநின்ற நூல்கள்

பெரியார் களஞ்சியம் – 'குடிஅரசு' தொகுதிகள் *5, 7, 19.* இளவழகன் கோ. *(பதிப்பாளர், 2015)* – மறைமலையம் தொகுதி, மறைமலையடிகள், *2009,* – அறிவுரைக் கொத்து.

Ravi Vaithee, (2015) Religion and Nation in South India, Maraimalai Adigal, the Neo & Saivite Movement and Tamil Nationalism.

'விடுதலை' தந்தை பெரியார்
140ஆம் ஆண்டு பிறந்தநாள் மலர்

ஆறுமுக நாவலரின் சைவம்

தமிழ், சைவம் ஆகிய இரண்டும் என்கண்கள், அவ்விரண்டும் ஒளிகுன்றாமல் காத்து, பயன் கொள்வதே என் கடன். அவை வளரப் பணிபுரிவதே என் வாழ்நாள் குறிக்கோள்.

ஆறுமுக நாவலர்

இலங்கையில் யாழ்ப்பாணம் நகரம் அருகிலுள்ள ஒரு சிற்றூர் நல்லூர் – இவ்வூரில் பிறந்து அந்த ஊரின் அடையாளமாக விளங்கிவர் ஆறுமுக நாவலர் (1822–1879). தமிழ் அறிஞராகவும் சைவசமயக் காவலராகவும் இலங்கையிலும் தமிழகத்திலும் இவர் பரவலாக அறிமுகமாகி இருந்தபோதும் யாழ்ப்பாணத்து நல்லூர் ஆறுமுகநாவலர் என்ற அடைமொழியுடனேயே அழைக்கப்பட்டார்.

திருவாவடுதுறை மடத்தின் தலைவராகவும் தமிழ் அறிஞராகவும் விளங்கிய சுப்பிரமணிய தேசிகர், இவரது சொற்பொழிவாற்றலைப் பாராட்டி “நாவலர்” என்ற பட்டத்தை 1849 ஆவது ஆண்டில் வழங்கினார். இதனால் நாவலர் என்ற அடைமொழி. இவரது பெயரின் பின்னொட்டாக இன்றுவரை நிலைபெற்றுள்ளது.

நூலாசிரியர், உரையாசிரியர், பதிப்பாசிரியர் என்ற மூன்று நிலைகளில் இவர் இயங்கினார். பண்டையத் தமிழ் இலக்கிய இலக்கணங்களிலும் சைவசமய சாத்திரங்களிலும் ஆழ்ந்த புலமை

மிக்கவராகவும் மதிக்கப்பட்டார். பரிமேலழகர் உரையுடன். திருக்குறளை முதலில் பதிப்பித்து அச்சிட்டவர் இவர்தான் என்றும் கூறுவர். நன்னூல் என்ற தமிழ் இலக்கண நூலுக்கு இவர் எழுதிப் பதிப்பித்த காண்டிகை உரை இன்றும் பயிலப்படும் சிறப்புடையது. சேக்கிழார் எழுதிய திருத்தொண்டர் புராணம் எனும் பெரியபுராணத்தை உரைநடையில் எழுதியுள்ளார் .சைவசமயப் பணியில் கொண்ட ஈடுபாட்டினால் திருமணம் செய்யாது துறவியாகவே வாழ்ந்தார்.

இவர் வாழ்ந்த 19 ஆவது நூற்றாண்டில், தமிழகத்திலும் இலங்கையிலும் கிறித்தவ சமயப் பரப்பல் பரவலாக நிகழ்ந்து வந்தது. இதன் ஓரங்கமாக விவிலியத்தைத் தமிழில் மொழிபெயர்த்தலும், மேற்கொள்ளப்பட்டது. பீட்டர் பெர்சிவல் என்ற அய்ரோப்பிய மதக்குரு இம் மொழிபெயர்ப்புப் பணி யினை மேற்கொண்டிருந்தார். அவருடன் இவரும் இணைந்து கொண்டார். இம் மொழிபெயர்ப்பு 1850இல் யாழ்ப்பாணத்தில் வெளியானது.

கடுத்த சைவரான நாவலர் விவிலிய மொழி பெயர்ப்பில் ஈடுபட்டது ஒரு வியப்பான நிகழ்வுதான். கிறித்தவத்துடனான அவரது உறவு அவரது சைவப்பரப்பலுக்குத் துணை நின்றது. அவர்களைப் பின்பற்றி சில செயல்பாடுகளை அவர் மேற்கொண்டார்.

வினா-விடை நூல்கள்

கிறித்தவ சமயத்தின் அடிப்படை உண்மைகளை வினா விடை வடிவில் கற்றுக்கொடுப்பது கிறித்தவ சமய மரபு. சிறார்ப் பருவத்திலேயே தம் சமயத்தின் அடிப்படைகளைக் கற்றுக்கொடுக்க வகுப்புகளை நடத்துவர். புதிதாகக் கிறித்தவத்தைத் தழுவியோரும் இவ் வகுப்புகளில் பயில்வர். இதற்கெனப் பாடத்திட்டமும் பாடநூல்களும் உண்டு மறைக்கல்விப் பாடம் அல்லது ஞான உபதேசம் என்று இதை அழைப்பர். இதற்கான பாட நூல்கள்... வினா விடை வடிவில் இருக்கும். ஒரு வினாவுக்கு ஒரே ஒரு விடைதான் உண்டு என்ற போக்கிலேயே இப் பாட நூல்கள். அமையும் .இதனால் இதைப் பயில்வோர் ஒரே சிந்தனைக்கு ஆட்படுத்தப்படுவர். ஏனெனில் கற்றுக்கொண்ட விடைதான் சரியானது என்று

மாணவன் நம்பியாகவேண்டும். வேறு விடையை அவன் சிந்திக்க முடியாது. இதை உணர்ந்து கொண்ட நாவலர், ஞான உபதேசம் நூல்களை அடியொற்றி சைவ வினாவிடை' என்ற தலைப்பில் இரண்டு பகுதிகள் கொண்ட நூலை 1873இல் வெளியிட்டார். அந்நூலில் இருந்து எடுத்துக்காட்டாகப் பின் வரும். வினா, விடையைக் குறிப்பிடலாம்

1) உலகத்துக்குக் கருத்தா யாவர்?
   சிவபெருமான்

இம் முயற்சியை கிறித்தவத்தைப் போன்று சைவத்தையும் நிறுவனப்படுத்த அவர் விரும்பியதன் வெளிப்பாடு என்று கூற முடியும். இவ் வினா விடை நூலில் சமய அடிப்படை யிலான கருத்துக்களை மட்டுமின்றி தம் சமூக வாழ்வில் சைவர்கள் கடைபிடிக்க வேண்டிய நெறிமுறைகளையும் அவர் வெளிப்படுத்தியுள்ளார். இவை அவரது சமூகப் பார்வையை வெளிப்படுத்தும் தன்மையன. எனவே அவற்றைச் சற்று விரிவாகப் பார்ப்பது அவசியமாகிறது. 418 வினாக்களைக் கொண்ட இந்நூலில், 86 ஆவது வினா வேதம் ஓதும் உரிமை பெற்றவர்கள் யார் என வினவுகிறது. இதற்கான விடையில், முதல் மூன்று வருணத்தார் மட்டுமே வேதம் ஓதும் உரிமை பெற்றவர்கள் என்கிறார். அப்படியானால் சூத்திரர்களுக்கும் நால்வருணத்திற்குள் வராத மக்கள் பிரிவினருக்கும் வேதம் ஓதும் உரிமை கிடையாது என்றாகிறது.

131 ஆவது வினா ஆச்சாரியாவதற்கு யோக்கியர் யாவர்?" என்பதாகும். இவ்வினாவுக்கான விடையின் தொடக்கத்திலேயே முதல் நானகு வருணத்தாரை மட்டுமே குறிப்பிட்டுள்ளார்.

132 ஆவது வினா, "ஆச்சாரியராவதற்கு யோக்கியரல்லாதவர் யாவர்?" என்பதாகும். இதற்கான விடையில் முதலாவதாக இடம் பெறுவது" நான்கு வருணத்துக்கு உட்படாதவன்". இது தீண்டமையை வெளிப்படுத்தி நிற்கிறது. மேலும் "குருடன், ஒற்றைக்கண்ணன், செவிடன், முடவன், சொத்திக் கையன் (சொத்தி ஊனன்) உறுப்புக் குறைந்தவன், உறுப்பு மிகுந்தவன்" என்போரையும் குறிப்பிடுவதன் மூலம் மாற்றுத் திறனாளிகள் மீதான தன் பார்வையை வெளிப்படுத்தியுள்ளார்.

255ஆவது வினா எவ்வெப்பொழுது நீராடல் அவசியமானது என்பது பற்றியது. இதற்கான விடையில் "சண்டாளருடைய நிழல் படினும், இழிந்த சாதியாரும், புறச் சமயிகளும்.............நாய், கழுதை, பன்றி, கழுகு, கோழி முதலியவைகளும் தீண்டினும்" என்று குறிப்பிடுவதன் வாயிலாக, மனிதர்களையும் விலங்குகளையும் ஒப்ப நோக்கும் அவரது பார்வை வெளிப்படுகிறது.

உணவு உண்ணும் பந்தியில் உடன் அமர்ந்து உண்பவர்கள் சமசாதியாராக இருத்தல் அவசியம் (வினா 264) என்றும் உண்ணும்போது நாய், பன்றி, புலையர், ஈனர், பூப்புடையவள் பார்க்க உண்ணக்கூடாது என்றும் (வினா 270) வலியுறுத்தியுள்ளார்.

சிவாலயப் பணிகள் குறித்துக் குறிப்பிடும் போது (வினா:318) "திருக்கோயிலினுள்ளே புகத்தகாத இழிந்த சாதியாரும், புறச்சமயிகளும் ...... உட்புகாவண்ணந் தடுத்தல்." என்று வழிகாட்டி உள்ளார்.

மாதப்பூப்பிற்கு ஆளான பெண்களைத் "தூர ஸ்திரி" என்று அழைக்கும் நாவலர்," தூரஸ்திரி முதனாள் சண்டாளிக்கும் (புலைச்சி, கொலை முதலான பல பாவங்களையும் கூசாது செய்பவள் – இது நாவலரின் குறிப்புரை). இரண்டாநாள் பிரமக்கொலை (பிராமணரைக் கொல்லுதல்) செய்தவளுக்கும் மூன்றாநாள் வண்ணாத்திக்குஞ் சமமானவள். ஆதலினால் அவள் இந்த மூன்று நாளும் யாதொரு கருமத்துக்கும் உரியவளல்லள்" என்று குறிப்பிட்டுள்ளார். இக்கூற்றில் நாவலரது சாதியக் கண்ணோட்டம் தெளிவாக வெளிப்படுகிறது.

நாவலரின் இவ் எழுத்துப் பதிவுகள் சாதியம் குறித்த அவரது சனாதனப் பார்வையை வெளிப்படுத்துகின்றன. இப்பார்வை அவரைக் குறுக்கிவிட்டதுடன் புறக்கணிப்புக்கும் ஆளாக்கிவிட்டது. 1993ஆவது ஆண்டில் அவரது வாழ்க்கை வரலாறை வெளியிட்டவை. கனகரத்தினம் 1980க்குப் பின் நாவலர் பற்றிய ஆய்வுகள் இலங்கையில் மேற்கொள்ளப்படாமைக்கு, அந்நூலின் முகவுரையில் ஆறு காரணங்களைக் குறிப்பிட்டுள்ளார். அதில் ஆறாவது காரணமாக, நாவலரவர்கள் ஒரு சாதிமான் என்னும் நோக்கு மாறாமை என்று வெளிப்படுத்தியுள்ளார்.

இது ஏற்றுக்கொள்ளக்கூடிய ஒன்றே. ஆயினும் இதை மேலும் ஆராய்வதைத் தவிர்த்துள்ளார். இத்தகைய போக்கு இலங்கையின் மார்க்சியவாதிகள் சிலரிடமும் கூட வெளிப்பட்டது. மேற்கூறிய . செய்திகளை மட்டுமின்றி நாட்டார் சமய எதிர்ப்பு, விலங்கு உயிர்ப்பலி எதிர்ப்பு என்பனவற்றையும். அவர் வெளிப்படுத்தியுள்ளார். இவை அடித்தள மக்களின் பண்பாட்டுக்கு எதிரான தன்னின உயர்வுக் கொள்கையாக (Ethnocentrism) அவரிடம் அழுத்தமாக வெளிப்பட்டது. யாழ்ப்பாணப் பகுதியில் உள்ள நல்லூரில் கந்தசாமி கோவில் தேர்த்திருவிழாவின் போது தேர்க்காலில் ஆடுவெட்டிப் பலி கொடுப்பது வழக்கம். இதைத் தடுத்து நிறுத்த நாவலர் போராடியுள்ளார்.

இலங்கையில் செல்வாக்குப் பெற்றிருந்த கண்ணகி வழிபாட்டை அழித்தொழிப்பதில் நாவலர் மிகுந்த ஆர்வம் காட்டியுள்ளார்.கண்ணகி வழிபாடு என்பதை நாட்டார் கடவுள் வழிபாடாக அவர் பார்த்தமையே இதற்குக் காரணம்.பின் வரும் அவரது கூற்று அவரது வன்ம உணர்வை வெளிப்படுத்துகிறது:

> செட்டிச்சியும் புறச்சமயத்தவளுமாகிய கண்ணகி பரம்பொருள் எனவும், விநாயகக்கடவுள் சுப்பிரமணியக் கடவுள் இருவரும் அவளிற்றாழ்ந்தவர் எனவும் மயங்கி, அவளுக்குக் கோயில் கட்டுவித்து, அவ்விருவர் விக்கிரகத்துக்கும் நடுவே அவள் விக்கிரகந் தாபிப்பித்து வழிபடும் அதிபாதகர்களும், அவளுக்குப் பிரதிட்டை பூசை திருவிழாக்கள் செய்து அவளெச்சில் புசிக்கும் அதிபாதக சிரோமணிகளாகிய பிராமணர்கள் சைவ குருமார்களும், அவர்களை நமஸ்கரித்துங் கும்பிட்டும் அவர்களுக்குத் தக்ஷிணைகொடுத்தும் அவர்களைக்கொண்டு தீக்ஷை அந்தியேட்டிசிராத்தங் கலியாணச் சடங்கு விரதோத்தியாபனம் முதலியவற்றையுஞ் சிவாலய விக்கினேசுராலய சுப்பிரமணியாலயப்பிரதிட்டை பூசை திருவிழாக்களையுஞ் செய்விக்கும் நீங்களுமா சைவ சமய நிந்தகர்கள்? உங்களுக்கிரங்கி இவையெல்லாம் பாவம் பாவம் என்று போதிக்கும் நாமும் நம்போல்வார்களுமா சைவசமய நிந்தகர்கள்? விசாரியுங்கள். பொருளாசையினால் உங்கள் சொல்வழியே நடக்கம் உங்கள் பிராமணருங் குருமாரும்,

தங்களுள் இருவர் நடுவே தங்களிற்றாழ்ந்த சாதியாளும் அன்னியசமயத்தாளுமாயுள்ளவள் ஒருத்தியை இருத்தி நீங்கள் நமஸ்கரிக்கப்புகின், அதற்கு உடன்படுவார்களோ? சற்றே பரீக்ஷை செய்து பார்த்து விடுங்கள்.

அருட்பா மருட்பா

வடலூர் இராமலிங்க அடிகளாரின் திருவருட்பாவை நாவலர் ஏற்றுக்கொள்ளவில்லை. அஃது அருட்பா அன்று மருட்பா என்று சாடினார். இது தொடர்பாக நீதி மன்றத்தில் வள்ளலாருக்கெதிராகத் தொடுக்கப்பட்ட வழக்கில் இவரது பங்களிப்பும் இருந்தது. நாவலரைப் போன்றே வள்ளலாரும் நாட்டார் சமய எதிர்ப்பு, விலங்கு உயிர்ப்பலி எதிர்ப்பு என்ற கருத்துக்களை வலியுறுத்தி வந்தார். அவரது திருவருட்பா நூலில் இவற்றை வலியுறுத்தியுள்ளார். அதே நேரத்தில் சாதியம் மதவாதம் என்பவற்றிற்கு எதிரானவராக விளங்கினார். சான்றாகப் பின்வரும் திருவருட்பா வரிகளைக் குறிப்பிடலாம்..” சாதியும் மதமும் சமயமும் தவிர்த்தே ”, “சாதியும் மதமும் சமயமும் பொய் என ஆதியில் உணரத்திய அருட்பெருஞ்சோதி”, “சாதியிலே மதங்களிலே சமய நெறிகளிலே......... அபிமானித் தலைகின்ற உலகீர்”

இத்தொடர்கள் சாதி, ஆகம சாத்திரங்கள் என்பனவற்றில் வள்ளலாருக்கு உடன்பாடில்லை என்பதை உணர்த்துகின்றன. இவை இரண்டின் மீதும் நாவலர் கொண்டிருந்த பற்றும் வள்ளலார் மீதான அவரது எதிர்ப்புணர்வுக்குக் காரணமாய் இருந்துள்ளன.

நாவலரின் சைவம்

மொத்தத்தில் நாவலரின் சைவமனது சாதியத்தையும் ஆகமங்களையும் உள்வாங்கிக்கொண்ட ஒன்றாகும். தீண்டாமையையும் அவர் ஏற்றுக்கொண்டார். இதற்கான அடிப்படைக் காரணம் ஆகம விதிமுறைகள் மீதான அவரது உறுதிப்பாடுதான்.

அகோர சிவாச்சாரியார் என்பவரது நூலுக்கு நாவலரின் மாணவரான அம்பலவ நாவலர் எழுதிய விருத்தி உரையில் கூறியுள்ள செய்திகளின் துணையுடன் இதை உணரமுடியும்.

"வேதத்தை அங்கமாகவும். சிவாகமத்தை அங்கியாகவும் கொண்டவர் வைதீக சைவர்கள்" என்று அம்பலவ நாவலர் கூறியதைக்குறிப்பிட்டு விட்டு, "வேதபாரம்பரியம் சைவ பாரம்பரியத்துடன் கலக்கும் பொழுது வைதீக சைவம் தோன்றுகிறது" என்கிறார் கிருஷ்ணராஜா (2019:38-39). கிருஷ்ணராஜா குறிப்பிடும் வேத பாரம்பரியத்தின் ஓர் உறுப்புதான் ஆகமங்கள். வடமொழியிலும் புலமை பெற்றிருந்த நாவலர் ஆகமங்களைக் கற்றறிந்தவர்? ஆகமங்களின் தக்கத்திற்கு அவர் ஆட் பட்டிருந்ததை அவரது படைப்புகளில் காண முடியும். இதன் அடிப்படையிலேயே "ஆறுமுகநாவலர் பிரபந்தத்திரட்டு" என்ற நூலின் பதிப்புரையில், க. ரகுவரன்.

> *சாதி பற்றிய நாவலரின் நிலைப்பாட்டுக்கு அடிப்படையாய் அமைவது உண்மையில் அவர் பரிபூரணமாக நம்பிய ஆகமப் பிரமாணமே. ஆகமத்துக்கு அவர் காட்டிய கற்பு நிலையின் வெளிப்பாடே...*

என்று கருத்துரைத்துள்ளார். அத்துடன் அவரது வேளாளர் மேட்டிமையுணர்வும் இணைந்து கொண்டுள்ளதையும் மறுப்பதற்கில்லை.

1927 ஆவது ஆண்டில் சேலத்தில் நடைபெற்ற காங்கிரஸ் கட்சியின் மூன்றாவது அரசியல் மாநாட்டில், வ.உ.சி ஆற்றிய தலைமை உரையில் 'தாழ்த்துகின்ற ஹிந்துக்கள்', "தாழ்த்தப்பட்டிருக்கிற ஹிந்துக்கள்" என்று இரு பிரிவினர் இருப்பதாகக் குறிப்பிட்டுள்ளார். அவர் பயன்படுத்தியுள்ள இவ்விரு கலைச்சொற்களையும் அடியொற்றி "தாழ்த்துகின்ற சைவர்", "தாழ்த்தப்பட்டிருக்கிற சைவர்" என்று பகுத்துக்கூற இடமுண்டு. இவ் வகையில் நாவலரின் சைவமானது சாதியத்தை உள்வாங்கியது. வழிபாட்டில் மட்டுமின்றி அன்றாட வாழ்விலும் தொட்டால் தீட்டு, கண்டால் தீட்டு என்பதை எழுத்துவடிவத்தில் வலியுறுத்தி உள்ளார். இதன் அடிப்படையில் நாவலரின் சைவத்தை, தாழ்த்துகின்றசைவர்களின், சைவமாக அடையாளம் காணமுடியும். சமணம், பௌத்தம், என்ற இரு அவைதீக சமயங்களுடன் வைதீக சமயங்களான சைவமும் வைணவமும் முரண்பட்டு நின்ற காலத்தில் உருவான

சிந்தனைப் போக்கிற்கு மாறானதாகவே இது அமைந்துள்ளது. இது தனியாக ஆராய வேண்டிய ஒன்று.

துணை நின்ற நூல்கள்:

1. ஆறுமுக நாவலர் (1996) சைவ வினாவிடை. இரண்டாம் புத்தகம்
2. கனகரத்தினம் (1993). ஆறுமுக நாவலர் வரலாறு ஒரு புதிய பார்வை
3. கிருஷ்ண ராஜா.சோ. (2019) சைவசித்தாந்தம் மறுபார்வை – அறிவாராய்ச்சியல்
4. க.ரகுவரன் (1996) பதிப்பாசிரியர், ஆறுமுக நாவலர் பிரபந்தத் திரட்டு

காக்கைச் சிறகினிலே, டிசம்பர் 2020

தமிழர் பண்பாட்டில் மாட்டிறைச்சி

பண்டைத் தமிழர்கள் தம் வாழ்க்கைத் தேவைக்காகக் காட்டுவிலங்குகள், பறவைகள் சிலவற்றை வீட்டில் வளர்க்கத் தொடங்கினர். இவற்றுள் பசு, காளை, எருமை ஆகிய மாட்டினங்களும் அடங்கும். வேட்டைச் சமூகம் என்று கூறத்தக்க குறிஞ்சி நிலத்திலேயே ஆநிரை வளர்ப்புத் தொடங்க விட்டது. 'ஆமா' என்று காட்டுப் பசுவை அழைத்த பண்டைத் தமிழர்கள், அதைப் பழக்கி வீட்டில் வளர்க்கத் தொடங்கி யுள்ளனர். வேட்டைச் சமூகத்தை அடுத்து உருவான மேய்ச்சல் நிலச் சமூகமே முல்லைத்திணை என்று சங்க இலக்கியங்களில் குறிப்பிடப் படுகிறது. மேய்ச்சல் நில வாழ்க்கையானது, கால்நடைகளுக்குப் புல்தேடி இடம்பெயரும் நாடோடி வாழ்க்கை, உழு தொழிலுடன் இணைந்த கால்நடை வளர்ப்பு என இரு வகைப்படும். முல்லைத்தினை வாழ்க்கை யானது வேளாண்மையுடன் இணைந்த கால்நடை வளர்ப்பைக் கொண்டிருந்தது.

முல்லைத்திணையில் வாழும் ஆயர்கள் தாம் வளர்க்கும் கால்நடைகளின் அடிப்படையில் 'கோட்டினத்தாயர்' (எருமை வளர்ப்போர்) கோவினத்தாயர் (பசு வளர்ப்போர்) 'புல்லினத் தாயர்' (ஆடு வளர்ப்போர்) என மூன்று பிரிவினராய் இருந்தனர்.

மாட்டிறைச்சி

கால்நடை வளர்ப்பை மேற்கொள்ளாத குறிஞ்சிப் பாலைநில மக்கள் பசு இறைச்சி உண்ணும் பழக்கம் உடையவர்களாய்

விளங்கியுள்ளார்கள். அம்பெய்து காட்டுப்பசுவைக் கொல்லும் வழக்கம் இருந்துள்ளது (நற்றிணை: 55:1–5). காட்டுப்பசுவின் இறைச்சியைக் கொடுத்துப் பண்டமாற்றாக **கள்** பெற்றதைப் பதிற்றுப்பத்து (30:9–12) குறிப்பிடுகிறது.

பாலைநில மழவர்கள் தெய்வம் உறைவதாக நம்பும் வேப்பமரத்தடியில் கொழுத்த பசு ஒன்றினைக் கொன்று அதன் இரத்தத்தைத் தூவி வழிபட்டனர். பின்னர் அதன் இறைச்சியைப் புழுக்கி உண்டனர் (அகநானூறு. 3:2–5). 'கொழுப்பு ஆ தின்ற உரம்படை மழவர்' என்று (அகநானூறு 20:12) குறிப்பிடுகிறது. மழவர்கள் பசு இறைச்சியை உண்ட செய்தியை மற்றொரு அகநூற்றுச் செய்யுளும் (242:12–13) குறிப்பிடுகிறது.

சங்க காலத்தை அடுத்துவந்த பல்லவர் காலத்திலும் பசுவின் இறைச்சியுண்போர் வாழ்ந்துள்ளனர். இவர்களை ஆவுரித்துத் தின்றுழலும் புலையர்' என்று திருநாவுக்கரசர் குறிப்பிடுகிறார். பிற்காலச் சோழர் காலத்தில் வாழ்ந்த சேக்கிழார் இறந்த மாட்டின் தோலை உரித்து மத்தளம் செய்தும் நரம்புகளைக் கொண்டு யாழ் செய்தும் கோரோசனை என்ற பொருளைச் சேகரித்தும் கோவிலுக்கு வழங்கியதை நந்தனார் சரித்திரத்தில் குறிப்பிடுகிறார்.

இதே காலத்தில் கங்கையும் பசுவும் புனிதப்பொருளாக்கப் பட்டுவிட்டன. கெங்கைக் கரையில் குரால்பசு கொன்றான் பாபம் கொள்வான், கங்கைக் கரையில் காராம் பசுவைக் கொன்ற தோஷத்துக்கு ஆளாவார்கள்' என்ற காப்புரைத் தொடர்கள் சோழர்காலக் கல்வெட்டுக்களில் பரவலாக இடம்பெற்றுள்ளன. பசுவின் கன்றுக்கு இணையாக மனித உயிரைக் கருதும் சிந்தனை வளர்ச்சியை இக்காலத்தில் தோன்றிய மனுநீதிச் சோழன் வரலாறு வெளிப்படுத்துகிறது.

இவ்வாறு மாட்டிறைச்சி உண்போரும் அதைப் புறந்தள்ளு வோரும் ஒரே சமூக அமைப்பில் வாழ்ந்துள்ளனர். இதன் அடுத்தகட்டமாக ஆங்கில, பிரெஞ்சுக் காலனியம் அறிமுகமானபோது ஆளும் அதிகார வர்க்கத்தின் உணவுப்பொருளாக மாட்டிறைச்சி விளங்கியது. அவர்களது பட்லர்களாக மாட்டிறைச்சி உண்ணும் தமிழர்களை நியமித்தனர்.

அதிக்கச் சாதியினரால் புறந்தள்ளப்பட்டிருந்த இம்மக்கள் பிரிவினர் இதன் வாயிலாகச் சமூக உயர்மதிப்பைப் பெற்றனர். ஏனெனில், காலனிய ஆட்சியில் 'சீருடை' என்பது சமூக மதிப்பின் அடையாளமாக விளங்கியது. சீருடை அணிந்த பட்லர் பதவி இந்த அடையாளத்தை வழங்கியது. மற்றொரு பக்கம் சீருடை அணிந்த சிப்பாய்கள் மேயவரும் மாடுகளைக் கவர்ந்து சென்று அவற்றைக் கொன்று தின்றதும் நிகழ்ந்துள்ளது. இத்தகைய நிகழ்வொன்றை ஆனந்தரங்கம்பிள்ளை தம் நாட்குறிப்பில் பதிவுசெய்துள்ளார்.

காலனிய எதிர்ப்பு சமய வடிவில் வெளிப்பட்டபோது தண்டபாணி சுவாமிகள் என்பவர் ஆங்கிலேயர் அந்தாதி' என்ற சிற்றிலக்கியத்தை எழுதியுள்ளார். இந்நூலில் ஆங்கிலேயரின் மாட்டிறைச்சி உண்ணும் பழக்கம் திரும்பத்திரும்பச் சுட்டிக்காட்டப்பட்டுள்ளது.

பலிப்பொருள்

தெய்வத்திற்குப் படைக்கப்படும் உணவே 'பலி' எனப்பட்டது. முருகக் கடவுளின் பலிப்பொருளாக ஆடு விளங்கியதைச் சங்க இலக்கியங்கள் பதிவு செய்துள்ளன (திருமுருகாற்றுப்படை 218, நற்றிணை 47:9–10). ஆடு ஒன்றைப் பலிகொடுத்து அதன் இரத்தத்தில் தினை அரிசியைக் கலந்து அதைத் தூவி வழிபட்டதை அகநானூறு (22:10) குறிப்பிடுகிறது.

வேள்வியில் பசு பலி கொடுக்கப்பட்டதை மணிமேகலை (13:27–36) குறிப்பிடுகிறது. பலி கொடுப்பதற்காக யாகசாலையில் கட்டப்பட்டிருந்த பசுவினை அவிழ்த்துவிட்டமைக்காக ஆபுத்திரன் பிராமணக் குடியிருப்பிலிருந்து வெளியேற்றப்பட்டான். (மேலது 13:100–103)

பௌத்தராகிய சீத்தலைச் சாத்தனார் தம் வைதீக சமய எதிர்ப்பின் வெளிப்பாடாகவே இதைக் குறிப்பிட்டுள்ளதாகச் சிலர் விளக்கம் தருவர். ஆனால், வேள்வியில் உயிர்ப்பலி விலங்காகப் பசு இடம்பெற்றிருந்த வரலாற்றுண்மையைக் காலஞ் சென்ற ஜகத்குரு ஸ்ரீகாஞ்சி காமகோடி ஸ்ரீ சந்திரசேகரேந்திர சரஸ்வதி சங்கராச்சாரியர் ஸ்வாமிகள் தமது உரையொன்றில் பின்வருமாறு குறிப்பிட்டுள்ளார்:

தர்மத்துக்காகச் செய்ய வேண்டியது, எப்படியிருந்தாலும் பண்ண வேண்டும்; ஹிம்சையென்றும் பார்க்கக்கூடாது. யுத்தத்தில் சத்ருவதம் பண்ணுவதை ஸகல ராஜநீதிப் புஸ்தகங்களும் ஒப்புக்கொள்ளவில்லையா? கொலைகாரனுக்குத்தூக்கு தண்டனையைச் சட்ட புஸ்தகமே விதிக்கிறதல்லவா? அப்படி, லோகத்தில் பல பேருக்கு க்ஷேமத்தைப் புரிய, தேவர்கள் செய்ய வேண்டுமென்ற உசந்த நோக்கத்தில் அவர்களுக்குப் பசு ஹோமம் பண்ணுவதிலும் தப்பேயில்லை." (தெய்வத்தின் குரல்' இரண்டாம் பாகம்)

இத்துடன் பலி கொடுக்கப்படும் பசுக்கான எண்ணிக்கையையும் உண்ணும் அளவையும் பின்வருமாறு விவரித்துள்ளார்:

"பிராமணர்கள் செய்வதில் மிகவும் உயர்ந்ததான வாஜபேயத்துக்கும் 23 பசுக்களே கொல்லப்படுகின்றன. சக்ரவர்த்திகளே செய்கிற மிகப்பெரிய அச்வமேதத்துக்குக் கூட 100 பசுக்கள் தான் சொல்லியிருக்கிறது.

மாம்ஸ போஜனத்தில் இருந்த ஆசையினாலேயே பிராமணர்கள் 'தேவப்ரீதி' என்று கதை கட்டி, யாகம் பண்ணினார்கள் என்று சொல்வது ரொம்பவும் பிசகாகும். ஒரு பசுவின் இன்னின்ன அங்கத்திலிருந்து மட்டுமே இத்தனை அளவுதான் மாம்ஸம் எடுக்கலாம்; அதில் இடவரணம் என்பதாக ரித்விக்குகள் இவ்வளவுதான் பூஜிக்க வேண்டும் என்பதற்கெல்லாம் சட்டம் உண்டு. அது துவரம் பருப்பளவுக்குக் கொஞ்சம் அதிகம்தானிருக்கும். இதிலும் உப்போ புளிப்போ காரமோ தித்திப்போ சேர்க்காமல், ருசி பார்க்காமல் அப்படியே முழுங்கத்தான் வேண்டும். (தெய்வத்தின் குரல்': இரண்டாம் பாகம்)

வரலாறு உணர்த்தும் செய்தி

மாட்டிறைச்சி உண்போர், அதைப்புறந்தள்ளியோர், வேள்வியில் மாடுகளைப் பலிகொடுத்தோர், புனித விலங்காகப் பசுவைக் கருதியோர் எனப் பல்வேறு மக்கள் பிரிவினர், பூசலின்றித் தமிழகத்தில் வாழ்ந்துள்ளனர். பசுவை மையமாகக் கொண்ட முரண்பட்ட கருத்துகள் பகையுணர்வை வளர்க்கவில்லை. ஆனால், இன்று வேள்வியில் பசுவைப்

பலிகொடுத்தோரின் மரபில் வந்தோர் தாம் காட்டும் வழி யிலேயே மற்றவர் தம் உணவுப் பழக்கத்தை அமைத்துக் கொள்ள வேண்டும் என ஆட்சியதிகாரத்தின் துணையுடன் வலியுறுத்தத் தொடங்கிவிட்டனர்.

காலச்சுவடு, ஜூலை2017

இந்து மன்னர்களும் கோவில் இடிப்பும்

கோவில் என்பது வெறும் வழிபாட்டுத் தலமாக மட்டும் இந்தியாவில் விளங்கவில்லை. அதிகார மையமாகவும் பொருளியல் நிறுவனமாகவும் அது விளங்கியுள்ளது. மன்னர்கள் வழங்கிய வரிவிலக்குடன் கூடிய நிலக்கொடைகள், பொருட் கொடைகள் ஆகியன அவற்றின் பொருளாதார வளர்ச்சிக்குப் பெரிதும் துணை நின்றன. கோவிலுக்கு உரிமையான நிலங்களில் பணிபுரியும் உழவர்கள், கோவிலுக்கு உரிமையான ஆநிரை களைப் பராமரிக்கும் ஆயர்கள், பூசாரிகள், பக்திப் பாடல்கள் பாடுவோர், இசைக் கருவிகளை இசைப்பவர், நடனமாதர் எனப் பலருக்கு வேலை வாய்ப்பு தரும் நிறுவனமாகக் கோவில் விளங்கியது. கோவிலில் நிகழும் திருவிழாக்களை ஒட்டி நிகழும் சந்தைகள், வாணிபத்திற்குத் துணை நின்றன.

ஏராளமான தானியங்களைச் சேகரித்து வைக்கும் தானியக் களஞ்சியங்கள் கோவிலில் இருந்தன. பஞ்சம் ஏற்படும்போதும், படையெடுப்புகளின் போதும் இவை மக்களுக்கு உதவின. கல்வி கற்றுக் கொடுக்கும் 'கடிகை' கோவிலினுள் இருந்தது. மிகப்பெரிய கோவிலாகவும் புகழ் வாய்ந்ததாகவும் இருந்தால் அங்கு புனித யாத்திரைக்கு வரும் பக்தர்களின் எண்ணிக்கை எப்போதும் இருந்து கொண்டே இருக்கும். இதனால் வாணிபம், கைவினைத் தொழில் ஆகியன செழித்ததுடன் வரிகளின் வாயிலாக மன்னனுக்கு வருவாய் கிட்டியது. மன்னர்களும்

அவர்களைச் சார்ந்தோரும் கோவில்களுக்குக் கொடைகள் வழங்கினர்.

இவ்வாறு மன்னர்களின் ஆதரவு பெற்ற ஒரு கோவில், அவனது பகை மன்னனின் கவனத்தை ஈர்ப்பதில் ஆச்சர்யமில்லை. எனவே படையெடுப்பில் வெற்றியை வெளிப்படுத்தும் வழிமுறையாகவும் தோற்ற மன்னனை அவமானப்படுத்தும் வழி முறையாகவும் கோவிலைக் கைப்பற்றுவது அமைந்தது.

கோவில்களில் உள்ள தெய்வ படிமங்களைக் கொள்ளையடிக்கும் நிகழ்ச்சி ஏழாம் நூற்றாண்டிலேயே காணப்படுவதாக கூறும் ரொமிலா தாப்பர் (2004: 224) அதற்குச் சான்றாகச் சில நிகழ்வுகளைக் குறிப்பிடுகிறார்.

சாளுக்கியப் படைகள் தாம் வெற்றி பெற்ற பகுதிகளில் இருந்து வெற்றிச் சின்னங்களாக தெய்வச் சிலைகளைக் கொண்டு வந்தன.

வாதாபி படையெடுப்பின் போது அங்கிருந்த கணேசர் உருவச்சிலையை பல்லவ மன்னன் எடுத்து வந்தான்.

சண்டாளர் கல்வெட்டு ஒன்றில் வடக்கு மலைப்பகுதியில் ப்ரிதாரா மன்னனால் கைப்பற்றப்பட்ட விஷ்ணுவின் சிலை ஒன்று புண்டல் கண்ட் பகுதிக்குக் கொண்டு செல்லப்பட்டதை வர்ணிக்கிறது.

சோழ மன்னன் ஒருவன் தான் வெற்றி பெற்ற இடங்களில் இருந்து தெய்வச் சிலைகளைக் கொண்டு வந்தான். இவ்வாறு கொண்டு வரப்பட்ட தெய்வ உருவங்கள் பெரும்பாலும் வெற்றி பெற்ற மன்னனின் தலைநகரில் நிறுவப்பட்டன. இச் செய்திகள் பகை மன்னனின் அதிகாரத்தின் குறியீடாக மட்டுமின்றி கைப்பற்றப்பட வேண்டிய பொருளாகவும் விளங்கியதாக ரொமிலா தாப்பர் குறிப்பிடுகிறார் (மேலது).

கல்கனரின் "இராஜதரங்கினி" என்ற நூல் 12-ஆம் நூற்றாண்டுக் காஷ்மீரின் வரலாற்றை அறிய உதவும் ஆவணமாகும். இந்நூல் மிகிருகுல்லா என்ற காஷ்மீர் மன்னன் புத்த துறவிகளையும் புத்த மடலாயங்களையும் தாக்கியதைக் குறிப்பிடுகிறது. சஷாங்கா என்ற மன்னன் பௌத்தர்களைக் கொன்றழித்ததுடன் புத்தரது படிமங்களையும்

மடாலயங்களையும் காஷ்மீரிலும் கிழக்கிந்தியாவிலும் அழித்தான். இவ்விரு மன்னர்களும் சைவர்கள் என்பதை ரொமிலா தாப்பர் (மேலது) சுட்டிக் காட்டுகிறார்.

இந்துக் கோவில்களின் மீது இந்து மன்னர்கள் நடத்திய தாக்குதல்களும் இந்திய வரலாற்றில் நிகழ்ந்துள்ளன. கி.பி.10–ஆம் நூற்றாண்டில் மூன்றாம் இராஷ்டிரகூட இந்திரா, பிரதிகவர்கள் மீது நிகழ்த்திய படையெடுப்பின் போது கல்பாவில் உள்ள கோவிலை அழித்தான். சாளுக்கியர்கள் மீதான படையெடுப்பின் போது பார்மிரா மன்னரான சப்தவர்மன் சாளுக்கிய மன்னன் கட்டிய சமண ஆலயத்தையும் அரேபிய வணிகர்களின் பள்ளிவாசலையும் இடித்தான்.

ஒன்பதாம் நூற்றாண்டில் கந்தவர்மன் தொடங்கி பல காஷ்மீர் மன்னர்கள் கோவில்களைக் கொள்ளையடிக்கும் செயலைச் செய்துள்ளனர். தமது இராஜதரங்கினி நூலில், கந்தவர்மன் என்ற மன்னன் அறுபத்து நான்கு கோவில்களைக் கொள்ளையடித்ததாகவும், கோவில்களுக்கு உரிமையான நிலங்களைக் கைப்பற்றியதாகவும் கல்கனர் குறிப்பிட்டுள்ளார்.

பதினோறாம் நூற்றாண்டைச் சார்ந்த ஹர்ஷதேவா என்ற காஷ்மீர் மன்னன் கோவிலின் வளங்களைக் கொள்ளையடித்ததுடன் தெய்வச் சிலைகளைப் பெயர்த்தெடுப்பதற்கு, 'தேவ–உத்பதன–நாயகன்' (தெய்வங்களுக்கு இடையூறு செய்பவன்) என்ற அதிகாரியை நியமித்தான். கோவில்களின் செல்வங்களைப் பலவந்தமாகக் கைப்பற்றுவதும் அதற்கு எதிர்ப்பிருந்தால் தெய்வச் சிலைகளை அவமதிப்பதும் அவனது கடமையாகும்.

சைவ சமயம் சார்ந்த அஜய தேவா என்ற சாளுக்கிய மன்னன் தன்னுடைய தந்தைகட்டிய சமணப் பள்ளிகளை அழித்தான். அஜயதேவாவின் மகன், தந்தை கட்டிய சைவக் கோவில்களை அழித்தான். (மேலது 226)

இச்செய்திகளைக் குறிப்பிட்டு விட்டு அரசியல் மேலாண்மையை நிலை நிறுத்தலும், பரம்பரை உரிமையை நியாயப்படுத்தலும், நிதி ஆதாரம் திரட்டலும், சமயக் காழ்ப்புணர்வும் இச்செயல்களுக்கான காரணங்கள் என்று

குறிப்பிடும் ரொமிலா தாப்பர் (226) இஸ்லாமிய மன்னர்களின் கோவில் இடிப்பு நினைவில் கொள்ளப்படும் போது மேற்கூறிய இந்து மன்னர்களின் செயல்கள் மறக்கப்பட்டு விடுகின்றன என்றார்.

நாகப்பட்டினம் நாகநாதசுவாமி கோவில் கோபுரத்தின் மேல்விதானத்தில் கல்வெட்டு ஒன்று காணப்படுகின்றது. இக்கல்வெட்டு பதினைந்தாவது நூற்றாண்டைச் சார்ந்தது என்று கருதப்படுகிறது. இராஜராஜப் பெரும்பள்ளி என்ற ஸ்ரீமகேஷ்வரப் பெரும்பள்ளியின் திருப்பணிக்காகக் கோவிலைச் சுற்றியுள்ள திருமடை வளாகம். பெயர்க் குறிப்பிடப்படாத மன்னன் ஒருவனின் எட்டாவது ஆட்சி ஆண்டில் வழங்கப்பட்டதாக அக்கல்வெட்டு குறிப்பிடுகின்றது.

முதலாம் இராஜராஜனின் ஆட்சியில் ஸ்ரீவிசய மன்னன் மாற விஜயோத்துங்கவர்மன் என்பவன் இராஜராஜ பெரும்பள்ளி என்ற புத்த மடத்தை சூடாமணி விகாரில் காட்டியுள்ளான். இதுவே ஸ்ரீமகேஷ் வர பெரும்பள்ளி என்ற பெயரில் பதினைந்தாம் நூற்றாண்டில் சைவ நிறுவனமாக மாற்றப்பட்டுள்ளது. (A.R.E. 1961 – 62 A 39)

பெரிய வடுகன் என்ற மன்னன் சோழ நாட்டின் மீது படையெடுத்த போது தெய்வ உருவங்களும் நாயன்மார் சிலைகளும் ஹொய்சாலர்களின் தலைநகரான துவார சமுத்திரத்திற்குக் கொள்ளையடித்துச் செல்லப்பட்டன. பெரம்பலூர் வட்டம் ஆடுதுறையிலுள்ள சில பள்ளிக் குடும்பங்கள் அவற்றை மீட்டு கோவிலில் மீண்டும் நிறுவின. அத்துடன் இத்தெய்வ உருக்களின் வழிபாட்டிற்காக நூறு கலம் அரிசியும் 5000 காசும் வழங்குவதாக ஒப்புக் கொண்டன.

இதை அவர்கள் தம் சொந்தப் பொறுப்பில் வழங்கவில்லை. இதன் பொருட்டு ஒவ்வொரு பள்ளிக் குடும்பத்தினரிடமிருந்து 50 காசும், ஒரு குறுணி நெல்லும் வாங்கினர். “வெண்கலம் எடுத்தும் மண்கலம் உடைத்தும்” வரி வாங்குவது போன்று, ஏனைய பள்ளிகளிடமிருந்து இவற்றைப் பெற்றதாகக் கல்வெட்டு குறிப்பிடுகிறது.

இச்செயலுக்காகப்பட்டு பரிவட்டம் கட்டியும் “தேவர்களுக் கெல்லாம் தேவரான பன்னாட்டான் தம்பிரான் வருகிறான்”

என்ற அறிவிப்பை அவர்கள் வருகையின் போது அறிவித்தும் மரியாதை செய்தனர். இக்கல்வெட்டு குறிப்பிடும் பெரிய வடுகன் என்பவன் ஹொய்சாலி மன்னனான முதலாம் விஷ்ணுவர்தனாக இருக்கலாம் என்று 1913–ஆம் ஆண்டிற்கான கல்வெட்டு ஆண்டறிக்கை (பக்கம் 115 – 116) கருதுகிறது.

கல்வெட்டு ஆய்வாளர் கே.ஜி. கிருஷ்ணன் (1965:205) ஆறாம் விக்ரமாதித்தியன் என்பவனே இக்கல் வெட்டில் குறிப்பிடப்படும் பெரிய வடுகன் என்று குறிப்பிடுகிறார். மேலும் விக்ரமசோழனின் மூன்றாம் ஆட்சி ஆண்டில் திருச்சி அருகிலுள்ள கரூரில், கலகம் ஒன்றில் கூத்தனார் சிலை காணாமல் போனதாகவும், மிகுதியான பணம் கொடுத்தே அதை மீட்டதாகவும் குறிப்பிடுகிறார். கலகத்திற்கான காரணத்தை இக்கல்வெட்டு குறிப்பிடாவிட்டாலும் ஆடுதுறையைப் போன்றே இங்கும் ஹொய்சாலா படைகள் வந்திருக்க வேண்டுமென்பது அவர் கருத்து (மேலது 205).

இவ்விரு கொள்ளை நிகழ்வுகளிலும் பாதிக்கப்பட்டவை சிவன் கோயில்கள் என்று தமது கட்டுரையில் கே.ஜி.கிருஷ்ணன் அடிக்குறிப்பில் குறிப்பிட்டுள்ளார். ஹொய்சாலர்கள் வைணவர்கள் என்பதால் சிவன் கோவிலைக் கொள்ளையடித்துள்ளனர் என்பதையே மறைமுகமாகக் குறிப்பிட்டுள்ளார்.

கீற்று.காம்

தமிழ்க் கிறிஸ்தவப் பண்பாடு

ஒரு சமூகத்தின் பண்பாடானது அச்சமூகத்தினரின் உணவு, ஆடை, பழக்கவழக்கங்கள், பயன்படுத்தும் பொருட்கள் என்பனவற்றின் வாயிலாக மட்டுமின்றி அங்கு வாழும் மக்கள் பின்பற்றும் சமயத்தின் வாயிலாகவும் வெளிப்படும். இவ்வகையில் தமிழ்நாட்டில் நிலவும் கிறிஸ்தவமும் தன்பங்கிற்கு சில பண்பாட்டு விழுமியங்களை வெளிப்படுத்தி நிற்கிறது.

யூதப்பண்பாட்டில் உருவான கிறிஸ்தவம் அங்கிருந்து அய்ரோப்பிய நாடுகளுக்குப் பரவியது. பின்னர் போர்ச்சுக்கீசியர், டச்நாட்டினர், டேனிசியர், பிரெஞ்சுக்காரர், ஆங்கிலேயர் ஆகிய அய்ரோப்பியக் காலனியவாதிகளின் வாயிலாக, 16ஆவது நூற்றாண்டிலிருந்தே அறிமுகமாகி, வளர்ந்து பரவியது.

இது தோன்றிய நாடு, இதை இங்கு அறிமுகம் செய்வித்தோர் என்பனவற்றின் அடிப்படையில் நோக்கினால் இது அயற்பண்பாடு சார்ந்தது. ஆனால் காலப்போக்கில் இது தமிழ்நாட்டின் பண்பாட்டுக் கூறுகளையும் விழுமியங்களையும் உள்வாங்கிக் கொண்டது. ‘பண்பாடு ஏற்றல்’ (acculturation) என்று சமூகவியலாளர் கூறுவதற்கேற்ப, அய்ரோப்பியக் காலனியவாதிகளால் அறிமுகமான கிறிஸ்தவம், பண்பாடு எற்றல் வாயிலாகத் தமிழ்க்கிறிஸ்தவம் என்ற அடையாளத்தைப் பெற்றது.

உலகளாவிய கிறிஸ்தவமதத்திற்குத் தமிழ்க்கிறிஸ்தவம் என்ற அடைமொழி வழங்குவது குறித்துசிலர் மாறுபடுவதும்

உண்டு. இது தொடர்பான விவாதத்தில், யார் மதம் மாறினார்கள்,மதம்மாறிய பின்னர்அவர்களது சமுக வாழ்வில் ஏற்பட்ட மாற்றங்கள் எவை என்பதுஆராயப்படவேண்டும்.

மதம்மாறியோர்

தமிழகத்தின் அடித்தள மக்கள் பிரிவினரே அதிகளவில் கிறித்தவர்களாக மதம மாறினர். இம் மதமாற்றத்தில் தனி மனிதர்களைவிட சாதி அடிப்படையிலான குழுக்களே அதிக அளவில் பங்கேற்றன. இதனால் இம் மதமாற்ற நிகழ்வுகளை குழும மதமாற்றம் அல்லது வெகுதிரள் மதமாற்றம் (மாஸ் கன்வர்சன்) என்றழைத்தனர்.

சமூகப்பாதுகாப்பு, சமூக உயர்மதிப்பு என்பனவே இம்மத மாற்றத்தின் அடிப்படை நோக்கங்களாக அமைந்தன. ஏனெனில் இவை இரண்டும் மறுக்கப்பட்டவர்களாகவே மதம்மாறிய அடித்தளமக்கள் வாழ்ந்து வந்தனர்.

மறுக்கப்பட்ட உரிமைகள்

கல்விகற்றல், பொதுத்தெருக்களில் நடமாடுதல், கோவில் நுழைவு, சொத்துரிமை என்பன இம்மக்களுக்கு மறுக்கப்பட்டிருந்தன. இவ்வாறு பொதுவெளியிலும் பொது நிறுவனங்களிலும் இயங்குவதற்குத் தடை அல்லது கட்டுப்பாடு விதிக்கப்பட்டிருந்தவர்கள் மதம் மாறியபின்னர் அதற்குஇணையான புதிய உரிமைகளைப் பெற்றார்கள்.

கோவில்நுழைவு மறுக்கப்பட்டிருந்தவர்கள் தேவாலயம் சென்று கூட்டிசை (காயர்) பாடுவோருடன் இணைந்துபாடி அனைவருடன் இணைந்து கூட்டுவழிபாட்டில் (காங்கிரிகேஷனல் பிரேயர்) பங்கேற்கும் உரிமையைப் பெற்றனர். முறைப்படுத்தப்பட்ட மன்றாட்டுகளை(ஜெபம்) அனைவருடன் இணைந்து உரக்கக் கூறினர்.

கோவில் பூசகரின் பணி கிட்டாதிருந்தவர்களுக்கு, தேவாலயக்குருக்களின் ஆனமீகப் பணி கிட்டியது.சமயப் புனிதநூல்களைப் பயிலும் உரிமை மறுக்கப்பட்டிருந்தவர்களின் கரங்களில் வேதபுத்தகம் என்ற பெயரில் விவிலியம்(பைபிள்) இடம்பெற்றது. அதைப் படித்தறியும் கல்வியும் கிட்டியது.

சைவ வைணவக் கோவில்களில் வழிபாட்டின் இறுதியில் வழங்கப்படும பிரசாதத்தைப் பெறமுடியாதிருந்தவர்கள் தேவாலய வழிபாட்டின் நற்கருணைச் சடங்கில் திரு அப்பமும் திருரசமும் குருவிடம் இருந்து பெற்றார்கள்.

மற்றொரு பக்கம் தம் நம்பிக்கைகளையும் சடங்குகளையும் இழந்தனர்.குறிப்பாக ஓர் இறைக்கோட்பாட்டை வலியுறுத்தும் கிறித்துவத்தைத் தழுவிய பின்னர் பல தெய்வங்களை வழிபடுவதைக் கைவிட்டனர். அதேபோழ்து, தம் வழிபாட்டு முறைகளிலும் வாழ்க்கை வட்டச் சடங்குகளிலும் தமிழ்மண் சார்நத பண்பாட்டுக் கூறுகளையும் அடையாளங்களையும் உள்வாங்குதலையும் மேற்கொண்டனர்.இதைப் பண்பாடு ஏற்றல் எனலாம்.இது சமயம் சார்ந்தும் வாழ்வியல் சார்ந்தும் வெளிப்படுகிறது.

சமயம் சார்ந்தவை

பண்டைத் தமிழர் சமயவாழ்வில், தெய்வங்களுக்குப் படையலாகத்தானியங்கள், விலங்குகள், காய்கறிகள், பால் என்பனவற்றைக் காணிக்கையாகச் செலுத்தும் பழக்கம் இருந்துள்ளது. சங்க இலக்கியங்களும் காவியங்களும் இதைக் குறிப்பிடுகின்றன.இன்றும் ஓரளவுக்கு சைவ வைணவக் கோவில்களிலும் பேரளவில் நாட்டார் தெய்வ வழிபாட்டிலும் இம்முறை தொடர்கிறது. தமிழ்க் கிறிஸ்தவர்களிடமும் இது வழக்கத்தில் உள்ளது.

வேளாண்மை மேற்கொள்ளும் கிறிஸ்தவர்கள் முதல் விளைச்சலை, தேவாலயத்தில் காணிக்கையாகச் செலுத்துகிறார்கள். மாடு கன்று ஈன்றபின் சுரக்கும் பாலையும் வீட்டில் வளர்க்கும் கோழி இடும் முட்டையையும் காணிக்கையாகச் செலுத்துகின்றனர். பதநீர் இறக்கும் பருவத்தில் முதல் முறையாகப் பதநீர் இறக்கியதும்அதைக்காணிக்கையாகப் படைப்பதுடன் தேவாலய வழிபாட்டில் கலந்துகொள்வோருக்கும் வழங்குகிறார்கள். முதற்பலனை காணிக்கையாக வழங்குவதை விவிலியம் குறிப்பிடுகிறது. இதனால் இச்செயல்கள் சமய முரண்பாடாகப் பார்க்கப்படுவதில்லை.

உப்பையும் மிளகையும் கலந்து காணிக்கையாகப் படைக்கும் வழக்கம் சைவக்கோவில்கள் சிலவற்றில் உண்டு. இம் மரபு கத்தோலிக்கர்களிடம் இன்றளவும் உள்ளது. விவிலியத்திலும் அவரகளது மன்றாட்டுகளிலும் உப்பு இடம் பெற்றுள்ளது. 'உப்பைப்போல் சாரமுடையவர்களாக இருங்கள்'என்பது யேசுவின் வாக்கு. இக்காரணங்களால் உப்புக்காணிக்கை ஏற்றுக் கோள்ளப்பட்டுள்ளது எனலாம்.

முளைப்பாரி எடுத்தல் என்னும் சமயச்சடங்கு தமிழ்நாட்டில் பரவலாக அறிமுகமான ஒன்று. கிறிஸ்மஸ் விழாவையொட்டி வீடுகளில முளைப்பாரி வளர்த்து கிறிஸ்மஸ் இரவன்று தேவாலயத்தில் கொண்டு சேர்ப்பார்கள். தேவாலய வளாகத்தில் தற்காலிகமாக அமைக்கப்பட்டுள்ள யேசு பாலன் குடிலில் அது வைக்கப்படும்.

முளைப்பாரி வளர்ப்பில் தற்போது மறைந்துவரும் ஒரு நிகழ்த்துக் கலை "முளைக்கும்மி" என்று அழைக்கப்படும் முளைப்பாரிக் கும்மி. இதனைச் சடங்கியல் தன்மையுடன் கூடிய நிகழ்த்துக் கலை எனலாம். இக்கும்மிப் பாடலில் ஒவ்வொரு நாளும் நிகழும் தானிய முளையின் வளர்ச்சி வருணிக்கப்படுவதுடன் பல்லவிச் சொல்லாகத் தெய்வத்தின் பெயர் இடம்பெறும். சான்றாக, பத்திரக்காளியம்மன் கோவில் திருவிழாவுக்காக வளர்க்கப்படும் முளைப்பாரி வளர்ப்பில் பாடப்படும் முளைக் கும்மியில் முளையின் வளர்ச்சி

"முதல் நா(ள்) முண்டும் முளை
அம்மா பத்திரக்காளி முளை"

என்று பாடுவர். கத்தோலிக்க கிறிஸ்தவர் முளைக் கும்மியில் பல்லவிச் சொல் ஏசு பாலகரை மையமாக வைத்து அமையும். சான்றாக,

"மூன்றானத்து முண்டும் முளை
நம்ம திவ்வியன் பாலன் முளை"

என்று பாடுவர். இவை தவிர தேரிழத்தல், சப்பரம் தூக்குதல், திருநீற்றுப் புதன், அனைத்து ஆன்மாக்கள் திருநாள், பனையோலையில் செய்யப்பட்ட சிலுவையுடன் குருத்தோலை திருநாளன்று ஊர்வலமாகப் போதல் என்பனவற்றில்

தமிழர்களின் சமயப் பண்பாட்டின் தாக்கத்தைக் காண முடியும். இதுபோன்றே புனிதர்கள் பக்தி முயற்சியிலும் தமிழர் சமயப் பண்பாட்டின் தாக்கம் உண்டு. பொங்கலிடல், கரும்புத் தொட்டில் சுமத்தல் என்பன புனிதர் பக்தி முயற்சியில் இடம்பெறுகின்றன. சிவகங்கை மாவட்டம் கண்டுப்பட்டி கிராமத்தில் அந்தோனியார் திருவிழாவின்போது மாடு பிடித்தல் வீர விளையாட்டு நிகழ்கிறது.

வைணவர்களும் சைவர்களும் தம் சமயப் புனித நூல்களில் "நூல் சாற்றிப் பார்த்தல்" என்ற பெயரில் நற்குறி காண் சடங்கை மேற்கொள்வதைப் போன்று கிறிஸ்தவர்களும் தம் விவிலிய நூலில் நூல் சாற்றிப் பார்த்து நற்குறி காண்கிறார்கள்.

உலகியல் சார்ந்தவை

சமய வாழ்வில் மட்டுமின்றி, தம் குடும்ப வாழ்க்கையிலும் வாழ்க்கை வட்டச் சடங்குகளிலும் தமிழர்களின் சமயப் பண்பாட்டுத் தாக்கம் தமிழ்க் கிறிஸ்தவர்களிடம் உள்ளது. குழந்தையைத் தாலாட்டும் தாய், தன் குழந்தையை மாடப் புறாவாக உருவகித்து, "மாடப்புறாவே – நீ மழைக்கெல்லாம் எங்கிருந்தாய்" என்று வினவ, அதற்கு "கோலச் சிறகொடுக்கி செந்தூர் குமரன் கோவில் கோபுரத்துள் நானிருந்தேன்" என்று குழந்தை விடையளிக்கிறது. இதே பாடல் கத்தோலிக்கரிடம் பின்வருமாறு வழங்குகிறது.

மாடப்புறாவே - நீ
மழைக்கெல்லாம் எங்கிருந்தாய்?
கோலச் சிறகொடுக்கி
கோட்டாறு சாவேரியார்
கோபுரத்துள் இருந்தேன்

எதிர்மறைக் கூறுகள்:

தமிழ்ப் பண்பாட்டின் எதிர்மறைக் கூறாகச் சாதி வேறுபாடும் தீண்டாமைக் கருத்தியலும் இடம்பெற்றுள்ளன. சமத்துவக் கருத்தியலைக் கொண்ட கிறிஸ்தவம் கருப்பர் X வெள்ளையர் என்ற இனப் பாகுபாட்டை உள்வாங்கிக் கொண்டது போல் தமிழ்க் கிறிஸ்தவமும் சாதி வேறுபாடு, தீண்டாமை என்ற கருத்தியலை உள்வாங்கிக் கொண்டது.

ஆ. சிவசுப்பிரமணியன்

ஐரோப்பியர்களின் திருமணச் சடங்கில் மணமகனும் மணமகளும் மோதிரம் மாற்றிக் கொள்வது மரபு. தமிழ்க் கிறிஸ்தவம் மலரத் தொடங்கிய காலத்திலேயே தாலிக் கட்டும் அனுமதியைப் பெற்று விட்டது. ஆனால் தாலி என்ற அணிகலன் சாதிகளுக்கு ஏற்பவே அமையும் தன்மையது. சாதி அடையாளங்கள் தாலியில் இடம்பெற்றுள்ளன. கிறிஸ்தவம் தம் சமய அடையாளமான சிலுவையைத் தாலியில் இணைத்துக் கொண்டாலும் சாதி அடையாளத்தை ஆங்காங்கே பின்பற்றத் தான் செய்கிறது. தேர்களும் சப்பாரங்களும் செல்ல மறுக்கும் தெருக்கள் உள்ளன.

இவ்வாறு உலகாளாவிய சமயமான கிறிஸ்தவம் பண்பாடு ஏற்றல் வாயிலாகத் தமிழ்க் கிறிஸ்தவம் என்ற அடையாளத்தைப் பெற்றுத் தமிழரின் சமூக வாழ்வில் இரண்டறக் கலந்துவிட்டது.

விகடன் தடம், ஏப்ரல் 2018

முக்குவர் வாழ்வியல்

'கடலும் கடற்கரையும் மீனவர்களின் பாரம்பரிய உரிமைச் சொத்து. கடலோரத்தில் சுதந்திரமாக வாழ்வது எங்கள் உரிமை'

பேராசிரியர் வறீதையா எழுதியுள்ள 'கன்னியாகுமரி முக்குவர்' என்னும் இந்நூல் முக்குவர் என்ற சாதியை மையமாகக் கொண்டது. கன்னியாகுமரி மாவட்டத்தின் பாரம்பரியக் கடலோடிகளான இம்மக்களைக் குறித்த அறிவியல் சார்ந்த புரிதலை நமக்கு வழங்கும் இனவரைவியல் நூல் இது. ஆண்ட பரம்பரைப் பெருமிதம் பேசும் வழக்கமான வழித்தடத்தில் பயணிக்காது ஒரு சாதியின் பலத்தை மட்டுமின்றி பலவீனத்தையும் ஆராய்ந்து வெளிப்படுத்தும் ஆய்வு நூல் என்ற சிறப்பு இதற்கு உண்டு. இந் நூலிற்குள் புகுமுன்பு சாதி குறித்த நூலாக்கம் தொடர்பான மூன்று கட்டங்களை அறிந்து கொள்வது அவசியம் என்று கருதுகிறேன்

முதற்கட்டம்:

தமிழ்நாட்டில் வாழும் பல்வேறு சாதியினரும் தம் சாதி குறித்த வரலாறை செய்யுள் வடிவில் அல்லது உரை நடை வடிவில் எழுதி வைக்கும் வழக்கம் பழமையான ஒன்றாகும். இவ்வாறு கருதுவதற்குக் காரணம் பல சாதியினரின் வரலாறுகள் ஓலைச் சுவடிகளில் எழுதப்பட்டிருப்பதுதான். மெக்கன்சி என்ற ஆங்கிலேயர் சேகரித்த தமிழ் ஓலைச் சுவடிகளில் சாதிகள் வரலாறு குறித்தவையும் உள்ளன.

பல்லவர் ஆட்சிக்காலத்தில் எழுதப்பட்ட கல்வெட்டுக்களிலும் செப்பேடுகளிலும் இடம் பெற்றுள்ள மெய்க்கீர்த்திகளின் தாக்கம் இவற்றில் இடம் பெற்றிருந்தது. இவற்றில் காணப்படும் புராண மூதாதையர்போன்று ஒவ்வொரு சாதியும் புராணக்கதை மாந்தர்களுடன் தம் சாதியின் தோற்றத்தை இணைத்துக் கொண்டது. தோற்றப் புராணம் (Orgin Myth) என்ற வகைமைக்குள் இவற்றை அடக்கலாம். இவற்றுள் சில வாய்மொழியாக வழங்கிவந்து பின்னர் எழுத்து வடிவம் பெற்றன. இதனால் இவை பல்வேறு வடிவங்களை (version) பெற்றிருந்தன.

ஆங்கில ஆட்சியின்போது அச்சாக்கம் பரவலாக அறிமுகமானது. ஆயினும் இந்தியர்கள் அச்சகம் நிறுவி நூல்களை அச்சிட்டு வெளியிடுவதற்குச் சில கட்டுப்பாடுகள் இருந்தன. 1835 இல் இக் கட்டுப்பாடுகள் சிறிது தளர்த்தப்பட்டன. இதன் பின்னர் சமூகத்தின் பல்வேறு தரப்பினரும் நூல் அச்சாக்க முயற்சியில் ஈடுபட்டனர். இம் முயற்சியில் சாதிகளின் தோற்றப் புராணங்களை அச்சிடலும் இடம் பெறலாயிற்று. புராணம் என்ற சொல் புனிதமானதாகவும் உயர்வானதாகவும் கருதப்பட்டமையால் இவை பெரும்பாலும் புராணம் என்ற பின்னொட்டைப் பெற்றிருந்தன (வன்னியர் புராணம்) இதை வரலாறு என்று நம்பியதால் வரலாறு என்ற பின்னொட்டும் இடம் பெற்றது. (வலங்கையர் சரித்திரம்) இவற்றை அச்சிடுவதற்கான பொருள் உதவி அவ்வச் சாதி சார்ந்த புரவலர்களிடமிருந்து பெறப்பட்டது.

சாதிகளின் புராணம் அல்லது வரலாறு அவ்வச் சாதியைச் சேர்ந்த கற்றறிந்வர்களால் மட்டுமின்றி, அயற்சாதி கற்றறிந்தவர்களாலும் எழுதப்பட்டது. சான்றாக, தூத்துக்குடி மாவட்டத்தின் கடற்கரை ஊரான மணப்பாடு பரதவர்களில் வளம்பெற்றவர்கள் அருளம்பல முதலியார் என்பவரைக் கொண்டு செய்யுள் வடிவிலான இந் நூலை எழுதச் செய்து அச்சிட்டுள்ளனர். இது போன்று தூத்துக்குடி மாவட்டம் திருவைகுண்டத்தில் அச்சான மறவர் சரித்திரம் ஆயர் சாதியைச் சேர்ந்த தமிழாசிரியரால் எழுதப்பட்டது. புரணம், சரித்திரம் என்ற பின்னொட்டுகளுடன் மட்டுமின்றி சிற்றிலக்கிய வகைமை சார்ந்த பின்னொட்டுடன் கூடிய சாதி வரலாறுகளும்

உண்டு. கார்காத்த வேளாளர் சாதி வரலாறு கூறும் 'இளைவளப்பமாலை', 'மாலை' என்ற சிற்றிலக்கிய வகைமையின் பெயரைக் கொண்டது.

மேற்கூறிய நிகழ்வுகளே சாதி வரலாற்று வரைவின் முதற்கட்டம் ஆகும். தத்தம் சாதியின் தொன்மையையும், பெருமையையும் வெளிப்படுத்துவதுடன் பெருமித உணர்வை ஊட்டுவதும் இவற்றின் தலையாய நோக்கமாக அமைந்தது. இனி சாதிகள் குறித்த இனவரைவியல் வரைவின் இரண்டாவது கட்டத்திற்குள் நுழைவோம்

இரண்டாவது கட்டம்:

முதற்கட்டத்தில் தம் சாதிகுறித்த நூல்களை எழுதுவதிலும் அவற்றை அச்சிடுதலிலும் அச்சாதியினரே பெரும்பாலும் ஈடுபட்டுவந்தனர். இரண்டாவது கட்டத்தில் மேலை நாட்டவரான அய்ரோப்பியர் இம்முயற்சியில் ஆர்வம் காட்டினர். அய்ரோப்பியக் காலனிய வாதிகள் குடியேற்ற நாடுகளை உருவாக்கி ஆதிக்கம் செலுத்தத் தொடங்கிய பின்னர் 19ஆவது நூற்றாண்டில் மானுடவியல் என்ற அறிவுத் துறை முளைவிட்டுத் துளிர்க்கத் தொடங்கியது. தம் ஆதிக்கத்தை நிலைநிறுத்த உதவும் அறிவுத் துறையாக அய்ரோப்பியர்கள் மானுடவியலைக் கண்டனர் இதனால்தான் காதரின் காஃப் என்ற அமெரிக்க நாட்டு மானுடவியலாளர் 'ஏகாதிபத்தியத்தின் குழந்தை' என்று மானுடவியலை அழைத்தார். ஏன் எனில் தம் ஆதிக்கத்திற்கு ஆட்பட்ட மக்கள் பிரிவை தம் பிடியில் வைத்திருக்க உதவும் பண்பாட்டு ஆயுதமாக அவர்கள் மானுடவியலைப் பயன்படுத்தினர்.

மானுடவியலை ஒரு பண்பாட்டு ஆயுதமாகக் கையாண்டவரகளில் அய்ரோப்பிய அதிகாரிகள் கிறித்தவ மறைபரப்பாளர் என்ற இருபிரிவினர் முக்கியமானவர்களாக இருந்தனர். இவ்விரு பிரிவினரும் குடியேற்ற நாட்டின் மக்களின் இனவரைவியல் செய்திகளை அறிவதிலும் அவற்றை ஆவணப்படுத்தலிலும் ஆர்வம் காட்டிவந்தனர். இது இவர்களுக்கிடையிலான பொதுவான ஒற்றுமைக் கூறாகும். இது வெளிப்படையான ஒன்று. ஆனால் இதற்கான காரணங்கள் வேறுபாடானவை. தம்மால் அடக்கி ஆளப்படும் மக்களைப்

புரிந்துகொள்ளவும் அவர்கள் மீதான தம் ஆதிக்கத்தை நிலை நிறுத்தவும் அவர்களைக் குறித்த இனவரைவியல் அறிவின் துணை காலனிய அதிகார வர்க்கத்திற்கு அவசியமாய் இருந்தது. மதமாற்றத்தை நிகழ்த்துவதற்கு முன்பாக அம்மக்களைப் புரிந்து கொள்ள குறிப்பாக அவரகளின் சமயம், நம்பிக்கைகள், பழக்க வழக்கங்கள் சடங்குகள் குறித்த அறிதல் கிறித்தவ மறைப்பணியாளரகளின் அடிப்படைத் தேவையாக இருந்தது. இவ்விரு சாரரும் பண்பாட்டு மானிடவியலின் ஓர் உறுப்பான இனவரைவியலில் மிகுந்த ஆர்வம் காட்டினர். இது குறித்த அறிவைத் தம்மை அடுத்து வருவோரும் அறிந்துகொள்ள ஏதுவாக அவற்றை நூல்களாக்கினர். 'கிறித்தவச் சமயப் பரப்பிகளால் சேகரிக்கப்பட்ட இனவரைவியல் செய்திகளின் அளவு மிகவும் அதிகம்' என்பார் மானுடவியலாளர் பக்தவத்சல பாரதி. இவ்வகையில் தமிழ்நாட்டில் பணிபுரிந்த அபி துபாய்ஸ், சீகன் பல்க் , கால்டுவெல் போன்ற மறைப்பணியாளர்களின் எழுத்துகள் குறிப்பிடத் தக்கவை.

தமிழ் நாட்டின் ஒவ்வொரு மாவட்டத்திறகும் தனித்தனியாக அங்கிலேயர்கள் உருவாக்கிய மானுவல்கள், கெசட்டியர்கள் ஆகியவற்றில் அம்மாவட்ட எல்லைக்குள் வாழும் பழங்குடிகள், நாடோடிகள், சாதியினர் குறித்த பதிவுகள் இடம் பெற்றன. இத்தகைய பதிவுகளே குற்றப் பரம்பரையினர் என்ற இழிவான அடையாளத்தைச் சில சமூகங்களின் மீது இடுவதற்குக் காரணமாக அமைந்தன.

மொத்தத்தில் இரண்டாவது கட்டத்தில் இனவரைவியல் ஆய்வென்பது காலனிய வாதிகளின் அரசு நிர்வாகத்திற்கும் கிறித்தவ சமயப் பரப்பலுக்கும் துணை புரியவே பயன்பட்டது.

மூன்றாவது கட்டம்:

நாட்டு விடுதலைக்குப் பின்னர் விளிம்புநிலை மக்களை முன்னேற்றும் நோக்கில் அவர்களது இனவரைவியலைப் பதிவுசெய்யும் பணி நிகழ்ந்தது. மற்றொரு பக்கம் கல்விப் புலம் சார்ந்த ஆய்வாளர்களின் ஆய்வுப் பொருளாகப் பழங்குடிகளும் நலிந்த மக்களும் இனங்காணப் பட்டார்கள். மற்றொரு பக்கம் நகரவாசிகளாகவும் உயர்கல்வி பெற்றவர்களாகவும்

இருந்த மக்கள் பிரிவினர் இவர்களைக் காட்சிப் பொருளாக மட்டுமே நோக்கினர். இவர்களுக்குத் துணைபுரியும் நோக்கில் இனவரைவியலின் பல்வேறு உட்கூறுகளைச் சேகரித்துக் கட்டுரைகளும் நூல்களும் வெளிவந்தன.

இதே நேரத்தில் மானுடவியல், மற்றும் அதன் முக்கிய கூறான இனவரைவியல் என்ற இரு அறிவுத் துறைகளிலும் இரண்டு புதிய சிந்தனைப் போக்குகள் உருவாயின. முதலாவது வெறும் விவரணைப் பதிவுகளாக இன்றி சில கோட்பாடுகளின் அடிப்படையில் அவற்றை ஆய்வு செய்தல். இரண்டாவது ஒரு குறிப்பிட்ட மக்களின் இனவரைவியல் தொடர்பான தரவுகளை வெளியாளாக இன்றி அம்மக்களின் பார்வையிலேயே காணுதல். இது மானுடவியல் மொழியில் அகநோக்கு (Emic view point) என்றழைக்கப் படுகிறது. ‘லைலாவைப் பார்க்க மஜ்னுவின் கண் வேண்டும்’ என்று தன் தந்தை கயஸ் மன்னனிடம் மஜ்னு கூறிய கூற்றை ஒத்தது இது.

இந்த இடத்தில் இந்நூலாசிரியரைக் குறித்த ஓர் உண்மையைக் குறிப்பிட்டாக வேண்டும். இந்நூலின் ஆய்வுப் பொருளான முக்குவர் சாதியைச் சேர்ந்தவர்தான் பேராசிரியர் வறீதையா. இவ்வகையில் ‘அகத்தார்’ ஆக இவர் செயல்பட்டுள்ளார். பேராசிரியர் ஆ.தனஞ்செயனை நெறியாளராகக் கொண்டு முனைவர் மணி.கோ. பன்னீர்செல்வமும், முனைவர் பக்தவத்சல பாரதியை நெறியாளராகக் கொண்டு முனைவர் கோவிந்தராசுவும் தம் சமூகம் குறித்து முனைவர் பட்ட ஆய்வை மேற்கொண்டு பட்டம் பெற்றுள்ளதாக மானுடவியலாளர் முனைவர் மகேஸ்வரன் உரையாடலின் போது குறிப்பிட்டார். இந்நூல் ஒரு கல்விப்புல ஓர் ஆய்வேடல்ல என்பதால் நூலாசிரியர் கட்டுப்பாடுகளின்றி சுயேச்சையாகச் செயல்பட்டுள்ளார்.

இந் நூலில் இரு முக்கிய செய்திகள் அழுத்தமாகப் பதிவாகியுள்ளன. ஒன்று மீன் பிடித்தொழிலில் நவீனத்துவம் அறிமுகமாகி முக்குவர்களின் சமூகப் பொருளியல் வாழ்வில் ஏற்படுத்திய தாக்கங்கள். இரண்டாவது முக்குவரின் அரசியல். இவை இரண்டும் பண்டையப் பெருமிதத்தில் மூழ்காது நிகழ்காலச் சிக்கல்களை ஆய்வு நோக்கில் காணும் ஆசிரியரின் அணுகுமுறைய வெளிப்படுத்தி நிற்கின்றன.

நவீனத்துவமும் முக்குவரும்:

கடலில் மீன்பிடித்தலே முக்குவரின் முக்கியமான பொருளாதார நடவடிக்கை. இது அவர்களின் பாரம்பரியத் தொழிலுமாகும். இத்தொழில் சாரந்த பாரம்பரியத் தொழிற் கருவிகள், மீன் பிடிக்கும் முறைகள், பாரம்பரியத் தொழில் நுட்பம், சூழலியல் அறிவு, பிடிபடும் மீன்கள் , அவை உருவாக்கும் மணம், அவர்களின் தொழில்சார் வழக்காறுகள், சூழலியல் அறிவு, இம்மீன்சார் பொருளாதாரம், சந்தைப் படுத்தலில் நிகழும் சுரண்டல் என வாசிப்பவனை கடற்கரைக்கு அழைத்துச் சென்றுவிடுகிறார்.

இவை எல்லாம் ஓர் இனவரைவியல் நூலுக்கு உரித்தானவைதாம். இவற்றைக் கடந்து நவீனத்துவத்தின் தாக்கம் குறித்து இந் நூலின் அய்ந்தாவது இயலில் அவர் முன்வைக்கும் செய்திகள் சமூகச் சிந்தனை கொண்ட ஒரு பொருளாதார அறிஞரின் பார்வையாக வெளிப்படுகிறது.

விசைப்படகுகள் நைலான் மீன்பிடி வலை, கட்டுமரங்களிலும் நாட்டுப்படகுகளிலும் யந்திரம் பொருத்தப்படல், கட்டுமரம் நாட்டுப்படகு மீனவர்களுக்கும் விசைப்படகு மீனவர்களுக்கும் இடையே மோதல்கள் உருவாதல், நைலான் வலை பின்னும் யந்திரங்களின் அறிமுகம், இவை ஏற்படுத்திய பாதிப்புகள் என்பன குறித்தும் இவ்வியல் விரிவாக ஆராய்கிறது. ஆசிரியரின் சார்புநிலை பாதிப்புக்குள்ளாகும் நாட்டுப் படகு, கட்டுமர மீனவர்கள் பக்கமே உள்ளது. இச் சார்பு நிலைப்பாடானது வெறும் அனுதாப உணர்வின் வெளிப்பாடாகவோ, மரபு சார்ந்தோ வெளிப்படவில்லை. நவீனத்துவம் ஏற்படுத்திய எதிர்மறையான விளைவுகளை ஆய்வுக் களத்தில் அன்றாடம் அவதானித்த அகநோக்கின் அடிப்படையிலேயே வெளிப்பட்டுள்ளது.

இதில் நூலாசிரியரின் குரல் மட்டும் ஒலிக்கவில்லை. அவரிடம் கலந்துரையாடிய பாவப்பட்ட மீனவர்களின் குரலும் இணைந்தே ஒலிக்கிறது. நவீனத்துவத்தின் அறிமுகம் மீனவர்களை மட்டுமின்றி கடலையும் பாதித்துவிட்டது. தன் மீன்வளத்தைக் கடலும் இழந்து நிற்கிறது. இவ்வுண்மையை உணர்ச்சி சார்ந்த வெளிப்பாடாக அன்றி தரவுகள் சார்ந்து வெளிப்படுத்தி உள்ளார்.

முக்குவரின் அரசியல்:

'பனுவல்கள் அடிப்படை அரசியலை முற்றிலும் புறக்கணிக்கக் கூடாது' என்ற கருத்தை முன்மொழியும் பேராசிரியர் ரத்தின குமார், கவிஞர் வைரமுத்து எழுதிய நூல்கள் குறித்த திறனாய்வுக் கட்டுரையில், 'ஒரு இனக்குழுவின் பண்பாட்டு அசைவாக்கங்களான தொன்மங்கள் பழக்கவழக்கங்கள், உணவுமுறைகள், சடங்குகள், மொழிவழக்காறுகள் போன்ற கூறுகளை, ஆயிரம் பக்கங்களுக்கும் மேல் பதிவு செய்துவிட்டு, அவ்வினக்குழுவின் அரசியல் அடையாளங்களை மட்டும் துண்டித்திருப்பது வெகு ஜனத்தை அதன் வணிகச் சமன்பாட்டை மையமிட்ட தேர்ந்தெடுப்பாகும்' என்று குறிப்பிட்டுள்ளார். அவரது இக் கூற்று இனவரைவியல் நூல்களுக்கும் பொருந்தும்.

இந்நூலின் முக்கியமான பதிவாக அமைவது முக்குவர்களின் அரசியல் குறித்த நூலாசிரியரின் திறனாய்வுடன் கூடிய அவதானிப்பு. இங்கு அரசியல் என்ற பெயரில் அவர் எடுத்துரைப்பது கட்சி சார்ந்த அரசியல் அல்ல. மாறாக அரசியல் சார்ந்த நடைமுறைகளில் முக்குவர்களின் பங்களிப்பின்மையும், அதனால் ஏற்படும் எதிர்மறையான விளைவுகளும்தான். அரசியல் நடைமுறைகளிலும் அரசு எந்திரத்தின் உறுப்பான அதிகார வர்க்கத்திலும் அதன் பங்களிப்பு இல்லாமையால் ஏற்படும் எதிர்மறை விளைவுகளையும் அவர் சுட்டிக் காட்டியுள்ளார். அரசியல் நடைமுறையில் முக்குவர் பங்கேற்பதை அவர் வலியுறுத்தியுள்ளார். இது ஒருவகையான அறிவு சார்ந்த அரசியல்.

அரசியல் பங்கேற்பு என்பது தேர்தல்களில் வாக்களிப்பதுடன் முடிவடைவதல்ல. அல்லது ஓர் அரசியல் கட்சியில் இணைந்து செயல்படுவதுமல்ல என்பது நூலாசிரியரின் கருத்தாக உள்ளது. அரசு எந்திரத்தில் தமக்கென ஒருபங்கை அவர்கள் எடுத்துக்கொள்ளாமை ஒரு குறைபாடு என்பதையும் உயர்கல்வி பெறாமை அதற்கான காரணமாக அமைவதையும் சுட்டிக்காட்டியுள்ளார். எடுத்துக் காட்டாக அவரது இக் கூற்றைக் குறிப்பிடலாம்:

ஐந்தாண்டுக்கொருமுறை அரசுகள் மாறுகின்றனவே தவிர, அரசு இயந்திரம் மாறுவதில்லை. திணிக்கின்றனர்

மேட்டிமை, அறிவாதிக்கச் சாதிகளிடம் இருக்கிறது. பிராமணர்கள் எண்ணிக்கைப் பெரும்பான்மையால் கொள்கைத் தளங்களை கைப்பற்றவில்லை. மக்கள் போராட்டத்துக்கு மாற்று இல்லைதான். ஆனால் வெறும் பரப்புரைகளால், போராட்டங்களால் கொள்கை வகுக்கும் தளங்களைக் கைப்பற்ற முடியாது. அரசியல் பங்கேற்பு நிகழ்காலத்தில் நிகழலாம், நிகழாமல் போகலாம்; ஆனால் அரசு இயந்திரத்தில், கொள்கைத் தளங்களில் சமுதாயப் பங்கேற்பைத் தவறவிடக் கூடாது. அதற்கு அறிவுதான் சிறந்த ஆயுதம்." (அத்தியாயம் 7)

"கொள்கை வகுக்கும் அதிகாரத் தளங்களில் மீனவ சமூகத்தைச் சார்ந்தவர்கள் சிலர் இருந்திருந்தால் கடல் வாழ்வின் சிக்கல்களை மற்றவர்களுக்குப் புரிய வைத்திருப்பார்கள்; கடல், மீன்வளக் கொள்கைகள் மீனவர்களின் எண்ணங்களைப் பிரதிபலித்திருக்கும். (அத்தியாயம் 7).

'விளிம்பு நிலை மக்கள் அரசியலில் பங்கேற்க வேண்டும்' என்று வலியுறுத்தும் நூலாசிரியர் விளிம்புநிலை மக்களான முக்குவர்களின் வாழ்வியல் குறித்த புரிதலோடு, 'ஆட்சி நிர்வாகத் தளங்களில் அவற்றை நிகழ்த்துவதற்கு மேலிருந்து மீட்பர் எவரும் இறங்கி வரப்போவதில்லை; மீனவ சமூகத்திலிருந்தே அவர்கள் வந்தாக வேண்டும்' என்கிறார். இதன் தொடர்ச்சியாக மூன்று தளங்களில் முக்குவரின் பங்களிப்பை அவர் வலியுறுத்துகிறார் (1) வாக்கு வங்கியை மட்டுமே சார்ந்திராத அரசியல் பங்கேற்பு, (2) கொள்கைகளை வகுக்கும் அரசு எந்திரத்தில் பங்கேற்பு, (3) பொதுச் சமூகத்துடனான உறவும் உரையாடலும்.

இவற்றை நடைமுறைப்படுத்தும் முயற்சியில் கத்தோலிக்கத் திருச்சபையின் சமய அரசியலில் இருந்து விடுபடவேண்டும் என்ற கருத்தைப் பின்வருமாறு முன்மொழிகிறார்

'மீனவர்கள் சமயத்தின் பிடியிலிருந்து விடுபட்டுத் தங்களுக்கான அரசியலைத் தேர்ந்துகொள்ள வேண்டும் மீனவர்களுக்கென்று தனித்த அரசியல் சாத்தியமில்லை; அண்டைச் சமுதாயத்தினரோடு

இணைந்து பயணிப்பதில்தான் அவர்களின் எதிர்காலம் அடங்கியிருக்கிறது. (அத்தியாயம் 5).

நூலாசிரியர் இறைமறுப்பாளரோ, மதமாற்றச் சிந்தனையளரோ அல்லர். யாரையோ நிறைவுபடுத்த 'நாம் தாய்த்தெய்வ வழிபாட்டிற்குத் திரும்ப வேண்டும்' என்று கத்தோலிக்க மீனவர்களை நோக்கிக் குரல் எழுப்பும் கடற்கரை அறிவுஜீவியுமல்லர். ஓர் உண்மையான கத்தோலிக்கர். தாம் சார்ந்துள்ள விளிம்பு நிலை மக்கள் பிரிவின் முன்னேற்றம் கருதி சமய அரசியலை அவர் புறந்தள்ளுகிறார். இது தொடர்பாக அவர் மேற்கோள் காட்டும் கருத்துக்கள் முக்கியமானவை:

'இன்னும் குருக்களின் பிடியிலேதான் (கன்னியாகுமரிக்) கடற்கரை இருந்து கொண்டிருக்கிறது' என்கிறார் பாதிரியார் டயனீஷியஸ். 'கோயிலில் பாதிரியாரைத் தலைமையாகக் கொண்டு வழிபாடு நடத்தும் மனப்போக்கு மக்கள் வாழ்வியலிலும் தொடர்வதை விடுத்து, மக்கள் பக்குவமான, முதிர்ச்சியான தலைமையில் வளர வாய்ப்புகளைத் தேடவேண்டும்; மற்றவர்கள் அதற்கு வழிவிட வேண்டும்." (அத்தியாயம் 7).

இந்த இடத்தில் புறவய நோக்காக (etic view point) ஒரு வினா எழுகிறது. முத்துக்குளித்துறைப் பகுதியில் வாழும் பரதவர்களின் அரசியலும் குமரி மாவட்டக் கடற்கரைப் பகுதியில் வாழும் முக்குவர்களின் அரசியலும் மட்டுமே கத்தோலிக்கத் தேவாலயக் குருக்களின் வழிநடத்தலுக்கு ஆட்பட்டுள்ளது. ஆனால், 'உள்நாட்டுப் பகுதியின் கத்தோலிக்கர்களும், கடற்கரைப் பகுதியில் முக்குவர் வாழாத பகுதிகளில் வாழும் கத்தோலிக்கர்களும் இந்த அளவுக்குத் தம் அரசியல் உரிமையை இழக்கவில்லையே, அது ஏன்?' என்பதுதான் அந்த வினா. கத்தோலிக்க சமயத்தின் திருஅவைச் சட்டம் (canon Law) அனைத்துக் கத்தோலிக்கருக்கும் ஒன்றுதானே!

ஒன்றிய அரசும் மீனவர்களும்:

இந்திய மீனவர்களின் வாழ்வியலுடன் தொடர்புடைய திட்டங்களையும் சட்டங்களையும் அவ்வப்போது ஒன்றிய அரசு அறிமுகம் செய்வது வழக்கம். இவ்வகையில், ஆழ்கடல் மீன்பிடி கொள்கை மீன்வள மசோதா, தேசியக் கடல் மீன்வளக் கொள்கை, கடற்கரை ஒழுங்காற்று அறிவிக்கைகள், முராரிக் குழு

பரிந்துரைகள், மீனாகுமாரி குழு அறிக்கை, சுறாமீன் பிடிப்புத் தடைச் சட்டம் என்பன மீனவர்களின் வாழ்வாதாரமான கடலுடன் அவர்கள் கொண்டுள்ள பாரம்பரியமான தொடர்புகளை எவ்வாறு பாதிக்கிறது எனபதை நூலாசிரியர் விளக்கியுள்ளர். குமரி மாவட்ட மீனவர்களைப் பாதிக்கும் சரக்குப் பெட்டக முனையத்திட்டம் குறித்தும் ஆராய்ந்துள்ளார்.

நூலின் சிறப்பு:

பொதுவாக இனவரைவியல் நூல்கள் விவரணைத் தனமை கொண்டவையாகவோ ஒரு குறிப்பிட்ட கோட்பாட்டை இனவரைவியல் செய்திகளுடன் பொருத்திப் பார்த்து ஆராய்வதாகவோ அமையும் தன்மையன. இப்போக்கிற்கு விதிவிலக்குகளும் உண்டு. வறீதையாவின இந்நூல் விதிவிலக்கான வகைமையைச் சேர்ந்தது.

இந்நூல் உருவாக்கத்தில் இனவரைவியல் ஆய்வின் அடிப்படைக் கூறான கள ஆய்வின் அடிப்படையில், அவர்களின் வழக்காறுகள், பொருள்சார் பண்பாடு, பாரம்பரியத் தொழில் நுட்பம் சூழலியல் அறிவு, என்பனவற்றுடன் அவர் நின்றுவிடவில்லை. அப்படி நின்றிருந்தால் ஒரு புகைப்படப் பதிவாக மட்டுமே அமைந்திருக்கும். தொழில் பொருளாதாரம் சார்ந்த இம் மக்களது வாழ்வியல் சிக்கல்களையும், அரசியலையும் அரசு எந்திரத்தின் அனுகுமுறையையும் அவர்களது பண்பாட்டு வாழ்வில் இரண்டறக் கலந்து நிற்கும் கத்தோலிக்கத் திருச்சபையின் பங்களிப்பையும் ஆழமாகவும், திறந்த உள்ளத்துடனும் ஆராய்ந்துள்ளார்.

தன் நூலுக்காக இவர் தேர்வு செயத மக்கள் பிரிவினர் தமிழ் நாட்டின் தென்கோடியில் இந்து மகாசமுத்திரம் பகுதியில் மீன் பிடித் தொழிலை மேற்கொண்டு வாழும் முக்குவர்கள். அனால் இனவரையில் செயதிகள் ஒன்றிரண்டு நீங்கலாக இவர் அலசி ஆராயும் வாழ்வியல் சிக்கல்கள் வங்காள விரிகுடாவின் முத்துக் குளித்துறை, பாக் நீரிணை, சோழமண்டலக் கடற்கரை ஆகிய மூன்று பகுதிகளிலும் வாழும் பல்வேறு சாதி மதம் சார்ந்த மீனவர்களின் வாழ்வியல் சிக்கல்களுடன் பெரும்பாலும் பொருந்தி வருபவை. பிடித்த மீனுக்கு விலை நிர்ணயம் செய்யும் உரிமையற்று நிற்கும் மீனவனைப் போன்று தான் விளைவித்த

பொருளுக்கு விலை நிரணயம் செய்யும் உரிமையற்று விவசாயி உள்நாட்டுப் பகுதியில் நிற்கிறான். மீன்வள மசோதா கடற்கரை ஒழுங்காற்றுச் சட்டம் போன்றே விவசாய ஒழுங்குமுறைச் சட்டம் அவன் தலைக்கு மேல் கத்தியாகத் தொங்குகிறது.

ஒரு குறிப்பிட்ட களம் சார்ந்த நூலென்றாலும் விரிந்து சென்று பரந்த களத்துடன் பொருந்தி நிற்கிறது.

நண்பரும் தோழருமான பேராசிரியர் வறிதையாவுக்கு வாழத்துகள். இது போன்ற சமூக அறிவியல் துறை சார்ந்த நூல்களைத் தமிழ்நாடு அவரிடம் இருந்து மேலும் எதிர்பார்க்கிறது.

காக்கைச் சிறகினிலே, டிசம்பர் 2021

இந் நூலாசிரியரின் இரண்டு நூல்கள்
(பரிசல் வெளியீடு)

கோபுரத் தற்கொலைகள்

பஞ்சமனா? பஞ்சயனா?
ஆ. சிவசுப்பிரமணியன்